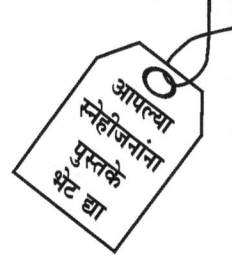

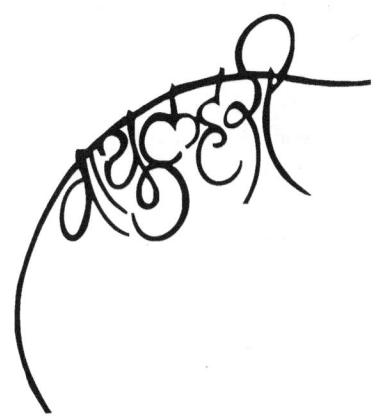

वायुलहरी

वि. स. खांडेकर

D9900254

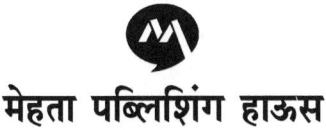

मेहता पब्लिशिंग हाऊस

VAYULAHARI by V. S. KHANDEKAR

वायुलहरी : वि.स.खांडेकर / लघुनिबंध-संग्रह

© सुरक्षित

मराठी पुस्तक प्रकाशनाचे हक्क मेहता पब्लिशिंग हाउस, पुणे.

प्रकाशक : सुनील अनिल मेहता, मेहता पब्लिशिंग हाऊस,
१९४१, सदाशिव पेठ, माडीवाले कॉलनी, पुणे - ४११०३०.

मुखपृष्ठ : चंद्रमोहन कुलकर्णी

प्रकाशनकाल : १९३६ / १९४० / १९८८ / ऑगस्ट, १९९७ /
नोव्हेंबर, २०१३ / पुनर्मुद्रण : जुलै, २०१७

P Book ISBN 9788171617159
E Book ISBN 9789386342768

E Books available on : play.google.com/store/books
m.dailyhunt.in/Ebooks/marathi
www.amazon.in

अनुक्रमणिका

तात्पर्य

परवा पडल्या पडल्या मी इसापनीती चाळीत होतो. कोणत्या वयात कोणती पुस्तके वाचावीत याच्या संबंधाने एखाद्या स्मृतीत काही उल्लेख आहे की नाही हे मला ठाऊक नाही. तसा असल्यास उपनिषदे नसली तरी निदान गुरुचरित्र वाचायच्या या वयात मी इसापनीती वाचीत आहे हे पाहून चित्रगुप्ताने रागारागाने आपल्या वहीत काहीतरी लिहिले असेल खास! लिहो बिचारा! इसापनीती वाचण्याचा मोह अजून मला आवरता येत नाही, हे मात्र खरे.

काही काही गोष्टींची गोडी अगदी अवीट असते. त्यांचा संबंध अविनाशी आनंदाशीच असतो म्हणाना! उंच टेकडीवरून अगर समुद्राच्या वेळेवरून सूर्यास्त पाहण्याची एकसुद्धा संधी मी अजून दवडीत नाही. माझे मित्र म्हणतात, 'किती वेडा रे तू! त्या तापलेल्या लोहगोळात आता काय आहे एवढं पाहण्यासारखं? तीच गोष्ट पुन:पुन्हा पाहण्याचा कंटाळा कसा येत नाही तुला?' मला वाटते तेच वेडे आहेत. म्हणे सूर्यास्त म्हणजे तीच तीच गोष्ट! विविध रंगांनी नटलेल्या संध्याकालीन मेघांकडे पाहिले, की वस्त्रहरणाच्या वेळी द्रौपदीची लाज राखण्याकरिता कृष्णाने पुरविलेली वस्त्रेच एकत्र झाल्याचा भास होत नाही का? राजेरजवाड्यांच्या घरी हरतऱ्हेचे शालू असतील, पण मेघांप्रमाणे क्षणोक्षणी रंग बदलण्याची शक्ती त्यांच्यात कुठे असते? या वस्त्रभांडाराशेजारीच सूर्याचा सुवर्ण-कलश समुद्राच्या

पृष्ठभागावर तरंगत असलेला दिसू लागतो. जणू काही आकाशात लवकरच चंद्ररजनीचा विवाह होणार असल्यामुळे त्याची इतकी तयारी चाललेली आहे. एखादा चित्रकार गुरुशोधार्थ निघाला तर मी त्याला सल्ला देईन 'मावळत्या सूर्यनारायणाला तू आपला गुरू कर.'

सूर्यास्ताप्रमाणे अखंड आनंदाचे अनेक झरे आपल्या जीवनात सदैव वाहात असतात. बालकवींची 'फुलराणी' मी किती वेळा वाचली आहे, त्याची गणतीच करता येणार नाही. कविता तीच असेल, पण या वेलीला लागणारी आनंदाची फुले दर वेळी नवीनच वाटतात. समुद्रावर गेले की पाण्यात जाऊन उभे राहावे आणि लाटांचा किनाऱ्याशी चाललेला खोडकर खेळ पाहावा असे मला नेहमीच वाटते. मांजराच्या लहान पोरापुढे दोरा नाचवून त्याला खेळवितानाही मी रमून जातो. मला काही असे वाटत नाही की मांजराचे पोर मी आतापर्यंत शंभरदा खेळविले असेल. आता या वयात- की ज्या वयात युवक परिषदेला गेले असताना आपणाला वृद्धांच्या मेळाव्यात बसावं लागेल, हे मी जाणून आहे.- मांजराशी खेळण्यात मौज कसली? छे! हा विचारसुद्धा माझ्या मनात येत नाही. मांजराचे पोर म्हणजे उमलणाऱ्या जीवनाचे प्रतिबिंबच नाही का? आता ते स्वत:च्या शेपटीशी खेळते आहे. क्षणार्धात पलीकडच्या पलंगावरील मच्छरदाणीशी खेळू लागेल. खिडकीतली उंच उडी, दौतीच्या बुचाचा फुटबॉल, मोसंब्यांच्या सालींची शिकार, हजार खेळात ते गुंग होऊन जात असते.

मांजराशी खेळत बसणारा मनुष्य इसापनीती वाचतो या घटनेत काकदृष्टी टीकाकारालासुद्धा असंभाव्यता दिसणार नाही, अशी मला आशा आहे. इसापविषयी मी नेहमीच म्हणतो 'गुलाम बुद्धिवान मोठा!' म्हणूनच परवा मी सहज इसापनीतीचे एक पान उघडले आणि वाचू लागलो. इतक्यात एक स्नेही आले. बसता बसता ते म्हणाले, 'वाचा, मोठ्याने वाचा, आम्हीही ऐकू.' वाचण्याचे नीतीधैर्य दाखविणे आता मला प्राप्तच होते. मी वाचू लागलो, **'देव आणि नास्तिक मनुष्य.'**

या गोष्टीत नास्तिक मनुष्य देवाची फजिती करण्याकरिता एक जिवंत चिमणी हातात धरून जातो. 'माझ्या हातातली चिमणी जिवंत आहे की मेलेली आहे?' असा तो देवाला प्रश्न करतो. देवाने 'जिवंत' उत्तर दिले तर हातातील चिमणी चिरडून मारायची, 'मेलेली' म्हणून सांगितले तर ती जिवंत दाखवायची असा त्याचा डाव होता. पण देव पडला त्याहूनही वस्ताद! त्याने उत्तर दिले, 'अरे तुझ्या हातातील वस्तू अशी आहे की ती तुझ्या इच्छेप्रमाणे होऊ शकेल. ती जिवंत असावी अशी तुझी इच्छा असेल तर ती जिवंत राहील, ती मरावी अशी इच्छा असेल तर ती मरेल.'

माझ्या स्नेह्यांनी विचार करण्याकरिता इथे डोळे मिटल्यामुळे मी थांबलो.

लहानपणी ही विचारांची दगदग कुणालाच नसते. पण मिसरुडीबरोबर पुष्कळ पुरुषांच्या डोक्यालाही फाटे फुटू लागतात. एका फाट्याचे नाव टीका, दुसऱ्याचे संशोधन, तिसऱ्याचे व्यवहार- पण नावे सांगून काय करायचे? या फाट्यावर धावणाऱ्या आगगाड्या पाहिल्या तरी बस्स होईल.

माझ्या मित्राच्या मनात ही गोष्ट ऐकून किती शंका उत्पन्न झाल्या असतील कुणाला ठाऊक. पण त्यांनी बोलून दाखविल्या त्या ह्या -

१) देव भेटल्याबरोबर नास्तिक आस्तिक कसा झाला नाही?

२) देव त्याला कुठे, केव्हा व कसा भेटला ही गोष्ट इसापने स्पष्ट करायला पाहिजे होती. नाहीतर रामदास-शिवाजीच्या भेटीप्रमाणे हिच्यावरही वाद माजेल.

३) नास्तिकाच्या हातात जिवंत चिमणी होती तर ती स्वस्थ कशी राहिली? सदरहू नास्तिक गृहस्थाचा हात केवढासा होता? चिमणी त्यात राहिली कशी?

४) इंग्रजी इतिहासातील सुप्रसिद्ध मि. मार्टन यांच्या हाताखाली सदरहू नास्तिकाचे शिक्षण झाले होते की काय?

५) देवाचे उत्तर वकिली बाण्याचे आहे. ते सर्वसाक्षी न्यायाधीशाला शोभत नाही.

मी डोके खाजवू लागलो. स्नेह्यांना वाटले की, त्यांचे शंकासमाधान करण्याकरिता माझा खटाटोप चालू आहे. पण खरी गोष्ट निराळीच होती. 'गाढवापुढे वाचली गीता' या म्हणीत गीतेऐवजी इसापनीती घालून एखादी म्हण तयार होईल काय हे मी पाहत होतो. 'गाढवापुढे वाचली इसापनीती, अन् ते म्हणते मला पाय किती?' छे, काही सुचेना! तेव्हा मी म्हटले, 'तात्पर्य तर ऐका आधी.'

इसापशी तात्पुरता तह करून ते तात्पर्य ऐकू लागले.

खुनाच्या खटल्याचा निकाल वाचणाऱ्या न्यायाधीशाप्रमाणे गंभीर स्वराने प्रत्येक शब्द स्पष्ट उच्चारीत मी वाचू लागलो.

'तात्पर्य - देवापुढे लबाडी चालत नाही.'

स्नेही उद्गारले 'तात्पर्य मात्र छान आहे बोवा! मारुतीचे बळ शेपटात तशी इसापची बुद्धी तात्पर्यात हे मात्र खरे.'

या तात्पर्य-पंडिताशी वितंडवाद करण्यात अर्थ नव्हता. पण त्याने तात्पर्याला दिलेली शेपटाची उपमा मात्र मला आवडली. माणसाला शेपूट होते तेव्हा तो जसा दिसला असेल तशी तात्पर्ययुक्त कविता अगर गोष्ट मला नेहमी वाटते. नरकचतुर्दशी दिवशी सात्विणाचा रस अगर गुढीपाडव्याच्या दिवशी कडुलिंबाचा पाला सेवन करावा लागतो खरा. पण तो पक्वान्नाच्या आधी तरी पोटात जातो! तात्पर्यवाद्यांची सारीच गोष्ट निराळी. 'ज्याचा शेवट गोड ते सर्वच गोड' हे म्हणणारा मनुष्य त्यांना

महामूर्ख वाटत असावा. 'ज्याचा शेवट रूक्ष त्याच्याकडे लागते लक्ष' ही म्हण सर्व धर्मांना मान्य आहे, असे कुणी तरी सांगितल्यामुळे गोष्टींच्या शेवटी तात्पर्य देण्याचा मोह त्यांना होत असेल काय? कारण काही असो, पण तात्पर्य वाचताना रंगभूमीवरील महालाचा पडदा वर जाऊन एकदम स्मशान दिसावे तसे मला होते.

गोष्टीत एखादे तत्त्व असणे निराळे आणि तिचे तात्पर्य सांगणे निराळे. जरदाळू आणि बदाम यांच्याइतका फरक आहे या दोन्हीत. जरदाळू खाणाऱ्याला प्रथमच धोंडा शोधावा लागत नाही. वरचा गर खाऊन तोंड गोड झाल्यावर वाटले तर त्याने आतली बी फोडावी, वाटले तर फेकून द्यावी. फारसे काही बिघडणार नाही त्यामुळे. पण बदामाचे सर्वच काही आगळे! (इसापनीतीप्रमाणे बखरी चाळण्याचाही नाद आहे मला) फोडण्याची यातायात केली नाही तर तो आणि रस्त्यावरचे खडे सारखेच. बरे, फोडून तरी आतली बी गोडच निघेल म्हणून काही नेम आहे? मोठ्या आशेनी ती तोंडात टाकावी आणि- आणि काय, प्रेमभंग झालेल्या नायकाचे अगदी सुरेख चित्र कुणाला पाहिजे असले तर त्याने त्या तोंडाचा फोटो घेण्याची झटपट व्यवस्था करावी.

तात्पर्य हे केळफुलासारखे असते असे म्हटले तरी चालेल. केळफुलाची भाजी होते. जेवणाराला ती व भोपळ्याची भाजी यात निवड करायला सांगितली तर तिला अधिक गुण मिळण्याचा संभवही आहे. पण घडाला लागलेले केळफूल चटकन छाटून टाकण्याची दक्षता दाखवितात ती उगीचच का? केळफूल ठेवले तर घड पोसवत नाही. तात्पर्याच्या बाबतीत अगदी तस्सेच. त्याचे अस्तित्व गोष्टीच्या रसाला मारक झाल्याशिवाय राहात नाही.

तात्पर्य सांगण्याची पद्धत इतर दृष्टींनीही चुकीची वाटते. तात्पर्य देणे म्हणजे आपले वाचक ते न कळण्याइतके निर्बुद्ध आहेत असे पर्यायाने सुचविण्यासारखेच नाही का? इसाप गुलाम असल्यामुळे वाचकांच्या बेअब्रूच्या फिर्यादींनी त्याचे काहीच नुकसान होण्यासारखे नव्हते. म्हणूनच गोष्टीच्या शेवटी तात्पर्य देण्याचे त्याने धाडस केले असावे. बरे, एका गोष्टीतून एकच तात्पर्य निघते ही समजूत सर्वस्वी चुकीचीच नाही काय? आरशापुढे कुरूप मनुष्य उभा राहिला म्हणून आरसा कुरूप आहे असे म्हणण्यासारखा तो प्रकार होईल. वॉल्टर रॅलेने स्वत: लिहिलेला जगाचा इतिहास उगीच नाही जाळून टाकला!

परवाचाच अनुभव पाहा. दयानंद सरस्वतींच्या चरित्रातील एक गोष्ट सांगून तिचे तात्पर्य मी काही मुलांना विचारले. गोष्ट एका दृष्टीने फार महत्त्वाची. महाशिवरात्रीदिवशी शंकराच्या पिंडीवर दयानंदांनी उंदीर नाचत असलेला पाहिला. वस्तुस्थिती अशी की हे दृश्य पाहून दयानंदांचा मूर्तिपूजेवरील विश्वास उडाला.

उंदरात वकील नाहीत म्हणून बरे! नाहीतर आर्य समाजाच्या स्थापनेची स्फूर्ती दिल्याचे श्रेय मलाच मिळाले पाहिजे अशी फिर्याद देखील या उंदराने दाखल केली असती!

पण दयानंदांनी या दृश्यातून काढलेले तात्पर्य आणि माझ्या बाळगोपाळांनी काढलेली तात्पर्ये यातले अंतर जमीन-अस्मानाएवढे, छे! अस्मानापलीकडे जे काही असेल तेवढे होते. त्या मुलांची तात्पर्ये तरी एकमेकांशी जुळती असावी! तेही नाही! दररोज नेमाने पुराणाला जाणाऱ्या भाविक आजीबाईच्या नातवाने निष्कर्ष काढला- गणपतीने उंदराला फटके मारले असावेत म्हणून तो उंदीर महादेवाकडे गेला. महादेवाने चांगलीच शिक्षा केली असेल गणपतीला. बाबा रागावले म्हणजे माझा कान धरतात नाहीतर थोबाडीत मारतात. पण महादेवाने गणपतीची सोंडच पिरगाळली असेल. तात्पर्य- मुक्या प्राण्यांवर दया करावी. दुसऱ्या मुलाने-त्याचा मामा कुठे तरी इंजिनीअर आहे म्हणे- सांगितले, देऊळ बांधण्यात कुठेतरी चूक झाली असली पाहिजे, एरवी दगडी देवळात उंदीर यावा कुठून? तात्पर्य- कुठलेही काम व्यवस्थित करावे. तिसऱ्याने तर्क लढविला- त्या उंदराला फार भूक लागली असावी म्हणून तो देवाकडे आला. तात्पर्य- संकटकाळी देवाचा धावा करावा.

मात्र एकाही मुलाला दयानंदांप्रमाणे मूर्तिपूजेविषयी तिटकारा उत्पन्न झाला नाही आणि व्हावा तरी कसा? 'देव आणि नास्तिक' या गोष्टीचेच पाहा ना! माझ्या स्नेह्यांना ते तात्पर्य फार आवडले. पण मला ते मुळीच पटले नाही. नास्तिकाची लबाडी देवाला कळली त्याप्रमाणे उत्तर देताना देवाने केलेली लबाडी नास्तिकाला कळली नसेल काय? मग 'देव लबाड आहे' असे त्या गोष्टीचे तात्पर्य द्यायला काय हरकत आहे?

हरकत हीच की ते आपल्या रूढ कल्पनांशी विसंगत आहे. गोष्टीत काय वाटेल ते लिहा पण तिचे तात्पर्य 'देव दयाळू आहे', 'सत्याचाच शेवटी जय होतो', 'संसार असार आहे', 'प्रेम अमर आहे' इत्यादी कायम ठशाच्या तत्त्वातच झाला पाहिजे असे तात्पर्यवाद्यांना वाटते. खरे म्हटले तर तात्पर्य हे दिलेल्या उदाहरणाचे क्रमप्राप्त उत्तर असायचे. पण उत्तर पाहून रितीचा गडबडगुंडा करणाऱ्या विद्यार्थ्यांप्रमाणे नेहमी तात्पर्ये काढली जातात. दु:ख, रोग आणि मरण पाहून बुद्धाची संन्यस्तवृत्ती जागृत झाली. त्याच्या जागी एखादा चार्वाक असता तर 'उद्याचे कुणी पाहिले आहे? आज जेवढा सुखोपभोग घेता येईल तेवढा घे' असा मनाला उपदेश करीतच तो राजवाड्याकडे परत आला असता.

आनंदाला सूर्य मानले तर रसिकतेची तुलना चंद्रिकेशी करता येईल. पण तात्पर्याची पृथ्वी दोन्हींच्या मध्ये आली की या चंद्राला खग्रास ग्रहण लागलेच

म्हणून समजावे. मला केव्हातरी कविता लिहिण्याचा नाद आहे. (जोहार करून त्या छापण्याचा नाद नसल्यामुळे दारू, जुगार, शर्यत वगैरे नादात याची गणना होणार अशी आशा आहे!) कवितेच्या नादात माझे दोन दोन तास फुकट गेलेले दिसले की माझे हे तात्पर्यवादी स्नेही मोठ्या कळवळ्याने म्हणतात, 'काय मिळाले बोवा तुला कविता खरडून? एवढा वेळ नुसता चालण्याचा व्यायाम केला असतास तर रक्तातले चार पांढरे जंतू तरी तांबडे झाले असते. नुसते 'राम राम' म्हणत बसला असतास तर चित्रगुप्ताने पाव तोळा पुण्य तुझ्या खात्यात जमेला धरले असते, पण कविता खरडून काय मिळतं तुला? बरं, कविता करायची तर ती एखाद्या संस्थानिकावर तरी करावी, प्रसंगी श्लोकांची चौकडी मोत्यांच्या भावाने खपेल.'

तात्पर्य काढण्याच्या वृत्तीचा राग येतो तो अशामुळेच. आयुष्याचे तात्पर्य काय? पैसा! संसाराचे तात्पर्य काय? परमार्थ! आगगाडीत बसून धावत्या वृक्षांची शर्यत पाहण्यात गुंग होऊन जायच्या वेळी गाडीला अपघात होईल या कल्पनेने मृत्युपत्र करून ठेवणाऱ्या प्राण्याला काय सांगायचे? फार तर ठाण्याला उतरा म्हणावे. माणसे पोहायला जातात ती व्यायाम व्हावा म्हणून का? पोहण्याने फार चांगला व्यायाम होत असेल. पण मनुष्य पोहतो तो पोहण्याच्या आनंदाकरिता. समुद्राच्या लाटांवर तरंगताना अगर नदीतल्या घोळातून बाहेर पडताना फुफ्फुसात प्राणवायू किती अधिक जात आहे याचा विचार त्याच्या मनात येणे तरी शक्य आहे काय! कला आणि जीवन या सागरातही तसाच विहार करण्यात खरा आनंद आहे असे मला वाटते.

पुष्कळांना माझे हे मत आवडत नाही. माझे एक संपादक स्नेही आहेत. ते मासिकांवर अभिप्राय देताना निबंधांची नावे लिहून 'हे फार उद्‌बोधक, विचारप्रवर्तक व समाजोद्धारक आहेत' असे लिहितात. गोष्टी, विनोदी लेख यांना मात्र 'यांच्यामुळे घटकाभर करमणूक होईल, एवढेच' असा शेरा त्यांच्याकडून मिळतो. पण गुप्त पोलिसाचे काम करून मी पाहिले तेव्हा मला असे आढळून आले, की संपादकमहाशय निबंध कधीच वाचत नाहीत, फक्त गोष्टी आणि विनोदी लेख वाचतात. वाचनाकरिता घटकेपेक्षा जास्त वेळ त्यांना कदाचित मिळत नसेल!

जीवनाकडे पाहण्याचा आम्हा हिंदू लोकांचा दृष्टिकोनही दुर्दैवाने असाच आहे. जिथे पाहावे तिथे धर्माचे हरदासी तट्टू आहेच! प्रातर्विधीच्या वेळी कुणीकडे तोंड करून बसले असता पुण्यप्राप्ती होते याविषयीसुद्धा कुठल्यातरी धर्मग्रंथात उल्लेख आहे म्हणे! मला वाटते चिकाटीने संशोधन केले तर रात्रीच्या कोणत्या प्रहरात कोणत्या सुरात घोरले असता स्वर्गात अमृताचे पेले अधिक मिळतात, याविषयीसुद्धा सविस्तर माहिती कुठेतरी सापडेल! मुलगा मराठी तिसऱ्या इयत्तेत आला की मिळालाच त्याला मनाच्या श्लोकांचा काढा! 'मना सज्जना भक्तिपंथेचि जावे.' मग

तो शाळा चुकवून बागेत पेरू चोरायला जात असला तरी हरकत नाही. थोडेसे संस्कृत यायला लागले की आम्ही शिकविलेच त्याला 'कर्मण्येवाधिकारस्ते मा फलेषु कदाचन!'

चांदण्यात रमत गमत फिरताना उन्हाची आठवण करण्यात काय तात्पर्य आहे? ज्यांना ते आहे असे वाटते त्यांना मी एवढेच सांगेन 'आम्ही सामान्य माणसं गोष्टींसारखी असतो पण तुम्ही पंडित म्हणजे मूर्तिमंत 'तात्पर्य!' हे ऐकून ते खूश होतील. मी मात्र त्यांना ऐकू जाणार नाही अशा स्वरात म्हणेन 'पण तात्पर्य गोष्टीवर अवलंबून असते.'

■

दोन पाहुणे

'काय भाऊ?'

आरामखुर्चीवरून मी मागे वळून पाहिले. दहा वर्षांपूर्वीचा एक जानी दोस्त माझा पत्ता काढीत या खेड्यात आला होता. त्याला पाहताच क्षणभर इतका आनंद झाला की बोलून सोय नाही. जणू काय एखाद्या खेळकर मुलीची हरवलेली बाहुलीच तिला सापडली होती.

दहा वर्षांतील एकमेकांची हकिगत पाच मिनिटात सांगून संपली आणि रम्य संध्याकालच्या किलबिलाटानंतर भयाण रात्रीची शांतता यावी त्याप्रमाणे आमचे संभाषण एकदम बंद पडले. पुढे काय बोलायचे ते कुणालाच सुचेना, आम्ही दोघे दहा वर्षांपूर्वी गळ्यात गळा घालून हिंडणारे मित्र! आमच्या भेटीनंतर दहा पावसाळे येऊन गेले! तसे पाहिले तर रात्र संपली पण गोष्टी संपल्या नाहीत असे म्हणण्याचा आमच्यावर प्रसंग यावा. पण -

पण काय? तारुण्यातील दहा वर्षे म्हणजे काही सहारा वाळवंटातील प्रवास नव्हे. आकांक्षांचे हिमाच्छादित पर्वत, आशेची रम्य वनश्री आणि कर्तृत्वाची फलपुष्पे यांनी नटलेल्या प्रदेशातील ते पर्यटन. असे असूनही आमच्या संभाषणाची अडलेली मोटार पुढे जाईना. हवापाण्याशिवाय मनुष्य जगू शकत नाही, या सत्याची प्रचिती मनुष्याला अशाच वेळी येते. पण हवापाण्याच्या गोष्टी तरी बोलून

बोलणार किती वेळ? सारे आरोग्यशास्त्र पाठ म्हणायचे म्हटले तरी दोन तासांपेक्षा काही जास्त वेळ लागायचा नाही. माझ्या मनाला कसे गुदमरल्यासारखे झाले. क्षणभर वाटले - गेल्या दहा वर्षांत आपण केले काय? पावसाळे काय, बेडूकदेखील पाहतात, पण पिके मात्र शेतकरीच काढतात. माणसाचे आयुष्य हे स्वप्नासारखेच नाही का? स्वप्न पडत असताना आपण त्यात किती रंगून जातो. पण जाग आली की झाले! सारे इंद्रजाल! रखरखीत उन्हात इंद्रधनुष्य विरून जावे त्याप्रमाणे ते स्वप्न नाहीसे होते, फार तर त्याची पुसट आठवण राहते. दिवस उगवला केव्हा आणि मावळला केव्हा हे न समजण्याइतका कामात गुंग असणारा मी मनुष्य! आणि दहा वर्षांनी भेटणाऱ्या स्नेह्याशी काय बोलावे याचे मला कोडे पडावे!

मानवी आयुष्य म्हणजे एक दैनिक वर्तमानपत्र आहे हेच खरे. प्रत्येक नवा दिवस हा त्याचा ताजा अंक. तो उत्सुकतेने उघडायचा आणि चाळायचा! दुसरा दिवस उजाडला की आधला अंक चालला वाण्याच्या रद्दीत! चार दिवसांनी त्याच्यात काय होते, हे सांगायला कुणी बक्षीस लावले तर ते काही आपल्याला मिळण्याची आशा करायला नको. तो अंक म्हणजे काही कालिदासाचे 'शाकुंतल' अगर इब्सेनचे 'बाहुलीचे घर' नव्हे, की कितीही वर्षांनी आठवण झाली तरी त्यातील शब्दचित्रे अगदी स्पष्ट दिसावीत.

दोघांच्या तोंडाला कुलपे लागलेली पाहून मी अनेक विषयांच्या किल्ल्या चालवून पाहिल्या. किल्ली थोडीशी फिरली की, आता कुलूप निघते अशी आशा वाटे. पण आशा ही कौसल्या आणि निराशा ही कैकयी आहे असे म्हणतात ना! त्याचाही अनुभव लगेच येई. कुठलीच किल्ली या कुलपांना लागेना. माझा पेशा शिक्षकाचा. या स्नेह्याचा व्यापाऱ्याचा! हिंदु-मुसलमानांच्या एकीइतकेच या दोन धंद्यात साम्य! वाङ्मयाची तर त्यांना शेंदाड्याइतकी शिसारी होती. दोघांनाही शर्यतीची आवड आहे असे वाटून मला क्षणभर आनंद झाला होता, पण त्यांच्या शर्यती होत्या घोड्यांच्या आणि माझ्या पडल्या माणसांच्या! सृष्टिसौंदर्याच्या बाबतीतही हीच स्थिती! आम्ही टेकडीवर संध्याकाळी फिरायला गेलो. आकाशातील चांदण्यांकडे पाहून त्यांना मुंबईतल्या विजेच्या दिव्यांची आठवण झाली आणि दूरच्या दीपगृहाच्या फिरत्या दिव्याकडे पाहून पावसाळ्यातील लुकलुकणारा काजवा माझ्या डोळ्यापुढे नाचू लागला. आमचे सारे बोलणे इतके औपचारिक झाले की दहा वर्षांपूर्वी आम्ही तास न् तास गप्पा मारीत असू हे माझे मला खरे वाटेना.

हे स्थित्यंतर घडवून आणणाऱ्या काळाचा मला मनस्वी राग आला. हा क्रूर ब्रह्मसमंध साम्राज्याप्रमाणे स्नेही लयाला नेतो, नगरांप्रमाणे हृदयेही उद्ध्वस्त करतो आणि मंदिराप्रमाणे भावनाही नामशेष करून टाकतो. काळाचे चित्र मला कुणी रेखाटायला सांगितले तर सुंदर उपवन आणि त्यात हातात कुऱ्हाड घेतलेली त्याची

क्रूर मूर्ती दाखवावी अगर रम्य वनश्रीने मोहित झालेले पक्षी गात आहेत असे दृश्य रंगवून तोंडातून वणव्याच्या ज्वाला बाहेर टाकीत त्याची भीषण आकृती तिथे वावरत आहे, असे ते चित्रित करावे, अशी कल्पना माझ्या मनात येऊन गेली. काल हा सागर असेल पण त्याच्या लाटांचा दोन जिवलग जहाजांना दूर नेण्यापलीकडे दुसरा काय उपयोग आहे? या पाहुण्यांना निरोप देताना तर त्याची ही निर्दयता मला इतकी तापदायक वाटली की, त्यांनी माझ्याकडे पाहून 'बरं, येतो' म्हणून केलेले हास्य विक्राळ काळाच्या विकट हास्यासारखे मला भासले आणि 'बरं, या' असे उद्गार काढीत मी त्यांना केलेला नमस्कार! 'कालाय तस्मै नम:' हा मंत्र म्हणतच मी तो नमस्कार केला असावा!

पुस्तके हेच आपले मित्र होत या उक्तीचे रहस्य मला या वेळी कळले. 'अरबी भाषेतील सुरस व चमत्कारिक गोष्टींवर' एके काळी माझे किती प्रेम होते! मृत्यूच्या गुहेत शिरून हसत बाहेर येणारा तो सिंदबाद, एका रात्रीत राजवाडा बांधणारा तो अल्लादिन, लष्करी शिपायाप्रमाणे हुकूम मिळताच उघडझाप करणारी ती चाळीस चोरांची गुहा या साऱ्या गोष्टी त्या वेळी स्वप्नातसुद्धा मला दिसत असत. पण आज माझ्या पुस्तकसंग्रहातील लठ्ठ ग्रंथात ते पुस्तक मिळण्याची आशा कुणीही लहान मुलाने करू नये. वेड्या आशेने त्याने एखादे जाडे पुस्तक उचलले तर, 'गॅल्सवर्दीची नाटके', 'शब्दरत्नाकर' अगर 'रशियन कथांचा संग्रह' त्याच्या हातात येईल.

'अरबी भाषेतील गोष्टींची' आठवण होताच मला थोडेसे हायसे वाटले. मित्र आणि पुस्तके - खरंच, किती मार्मिक तुलना आहे ही! आपण ज्या अंकलिपीवरून शिकलो ती कुणी जपून ठेवतो का? लंगोटीयार मित्र या अंकलिपीच्या वर्गातले. कधी काळी गाठ पडली तर कौतुकाने पाहावे आणि क्षणभर बोलावे इतकाच त्यांचा संबंध. इंग्रजी शाळेतील पुस्तके तरी आपल्यापाशी कुठे असतात? परीक्षेच्या वेळी परब्रह्म वाटणारी ती पुस्तके! पण 'पास' हे शब्द कानावर पडताच खालच्या वर्गातल्या कुणाला तरी ती आपण देऊनच टाकत होतो की! मग आपण ज्यांना मित्र म्हणतो त्यांच्यापैकी पुष्कळांची हीच गत होते यात नवल कसले? आजचा आपला जीवश्चकंठश्च मित्र उद्या दुसऱ्यांचा दोस्त व्हायचाच. आपली आवडती पुस्तके चोरीला जातात. काही मित्रांच्या बाबतीत हाही अनुभव येत नाही का? आपण 'ग'ची 'ढ'शी ओळख करून द्यावी. पण पुढे 'ग' आणि 'ढ' यांचे असे सूत जमते की, आपणालाच ते 'क्ष' मानू लागतात.

पुस्तके व मित्र यांचे हे साम्य पाहण्यात मी गुंगून गेलो असताना माझ्या मनाला धक्का देऊन एक विचार निघून गेला. पुष्कळ मौल्यवान पुस्तके जुन्या बाजाराची वाट धरतात. मित्रांच्या बाबतीतही असेच होते की काय? लांबचे उदाहरण कशाला पाहिजे? दहा वर्षांनी भेटणाऱ्या माझ्या मित्राशी मी मोकळेपणाने काही फार बोलू शकलो नाही.

पूर्वी माझे मन मोहरांनी त्याचे मोल करी! आज मात्र ढब्बू पैशापलीकडे त्याची किंमत चढली नाही. खरंच, जग म्हणजे जुना बाजार आणि काळ हा त्या जुन्या बाजाराचा मालक.

काळाला नमस्कार करण्याकरिता मी अर्धवट हात वर केले, पण त्या नमस्काराचा स्वीकार मात्र एका अपरिचित मनुष्याने केला! कुणाची स्वारी ही? पाहुणा की काळ? हातातील बाडबिछायतीवरून तो पाहुणाच ठरला. नमस्कार चमत्कार होताच त्याने एक परिचयपत्र दिले. माझ्या एका जुन्या विद्यार्थ्याने ते दिले होते. पाहुणेमहाशय एक होतकरू कवी असून आपल्या कविता मला दाखवण्याकरिता आले होते.

झाले. माझ्या त्या जुन्या विद्यार्थ्यावरून गोष्टी निघाल्या. त्यांनी त्याची अलीकडील हकिकत सांगितली. मला तो विद्यार्थी होता त्या वेळच्या गमती आठवल्या. त्याने माझ्यावर केलेली एक कोटी सांगितल्याशिवाय मला राहवेना. तो माझ्याविषयी म्हणे 'मास्तरांना छडी कधीच हाती घ्यावी लागत नाही. लागेल कशाला? मूर्ती पाहा की! चांगली साडेपाच फुटांची छडी आहे आणि जिभेच्या टोकाने ती सपासप काम करते. मग -' माझे बोलणे पुरे होण्याच्या आधीच पाहुणे म्हणाले, 'अहो, तस्सा राहिलाय तो अजून. त्याचा एक मामा फार श्रीमंत आहे. कदाचित ठाऊक असेल तुम्हाला! त्या मामाला वाटते आपला भाचा बुद्धिमान आहे. त्याने पुढे यावे, काहीतरी नाव कमवावे. परवा असाच दोघांचा वाद चालला होता. भाचा म्हणाला, 'मामा, मोठेपणा काय वाटेवर पडलाय?'

मामांचे उद्योगविषयक वाचन स्माइल्सच्या पुस्तकापासून किर्लोस्करच्या ताज्या अंकापर्यंत होते. त्यांनी लगेच उत्तर दिले, 'मोठं होणं काही अवघड नाही तसं. Where there's a will, there's a way.' भाचा उद्‌गारला, 'हे मात्र खरं मामा! Where there's a will there's a way. तुमच्यासारखा श्रीमंत मामा माझ्या नावानं विल करू दे, म्हणजे मोठेपणाचा मार्ग मला हा हा म्हणता सापडेल पाहा.'

या कोटीवर आम्ही दोघेही हसलो. पाण्याचा पूर आला की, जमिनीचे उंचसखल भाग बुडून नाहीसे होतात. हसण्याने मनातही असाच बदल घडतो असे मला वाटते. हसण्याचा भर ओसरल्यावर त्यांनी आपल्या कविता मला म्हणून दाखविल्या. त्यांच्या मधुर स्वराच्या सागरावर आपण पोहत आहो असे मला वाटले. संध्याकाळी त्यांना घेऊन मी टेकडीवर फिरायला गेलो. हळूहळू अंधार पडू लागला. माडांच्या हिरव्या राया काळसर रानांप्रमाणे दिसू लागल्या. त्यांच्यातून लुकलुकणाऱ्या एका दिव्याकडे पाहात पाहुणे म्हणाले, "किती भिकार दिसतोय हा खालचा दिवा! या वरच्या तेजस्वी तारकांकडे पाहिले की, देवानं गगनचुंबी पर्वत निर्माण केला असता तर बरं झालं असतं असं वाटायला लागतं. तो चढून जर या तारकांजवळ जाता आलं असतं तर..."

"तरीदेखील मला हा खालचाच दिवा अधिक आवडता असता." मी उत्तर दिलं.

"तो का?"

"तो माझ्या घरचा आहे म्हणून. मला टेकडीवरून परतायला उशीर झाला की काळजी करणारी माझी पत्नी या भिकार दिसणाऱ्या दिव्याजवळ नेहमी बसत असते."

त्या दिवशी रात्री बोलता बोलता पहाट केव्हा झाली ते आम्हाला समजलेच नाही. वाङ्मय, समाज, ईश्वर, मिळेल त्या विषयावर आम्ही बोलत होतो. दोन लहान मुले वाळवंटात खेळायला लागली की, त्यांची जी स्थिती होते तीच आमची झाली होती. मध्यरात्री गप्पात गुंग होऊन गेलेल्या आम्हा दोघांकडे पाहून कुणालाही वाटले असते की, हे अगदी दहा-वीस वर्षांचे तरी जिवलग दोस्त असावेत.

दुसरे दिवशी जाताना पाहुणे म्हणाले, 'प्रकृतीची काळजी जरा अधिक घ्या तुम्ही.' तापकऱ्याला दुसऱ्याचा गार हात हातात घेतला की क्षणभर जसे बरे वाटते, तसा या शब्दांनी मला आनंद झाला. त्यांचे बोलणे कदाचित औपचारिकही असेल. पण दहा वर्षांच्या पूर्वीच्या स्नेह्यांनी माझ्या प्रकृतीविषयी एक अवाक्षरही काढू नये आणि कालच ज्याचे तोंड आपण प्रथम पाहिले त्या मनुष्याने मात्र तिच्याविषयी अधिक आस्था दर्शवावी! थोडेसे नवलच नाही का हे!

पण त्यात नवल तरी कसले? हा चमत्कारही काळानेच घडवून आणलेला नाही का? गेली दहा वर्षे माझे आयुष्य एका विशिष्ट रितीने गेले म्हणूनच या नवख्या पाहुण्याला माझ्याशी हा हा म्हणता समरस होता आले. कालसागराच्या लाटांनी जुने जहाज दूर नेले खरे! पण नव्याची भेट त्यांनी घडवून आणली नाही का? कालाचे स्वरूप केवळ विध्वंसक नाही, ते विधायकही आहे. भूतपिशाच्च्यांच्या मेळ्यात नररुंडमाला धारण करून नाचणारा शंकर हा काही कलांचा गुरू नव्हे, एका हातात सुदर्शनचक्र व दुसऱ्या हातात पद्म लीलेने खेळविणाऱ्या विष्णूचाच तो शिष्य शोभतो.

आणि मला वाटले- काळ हा खरा सुधारक आहे. सुईण नुकत्याच जन्माला आलेल्या मुलाची नाळ कापते. पण ही कापाकापी त्याच्या प्राणरक्षणाकरताच असते, नाही का? काळाचा क्रूरपणाही असाच आहे. तो खून करीत नाही, शस्त्रक्रिया करतो. त्याच्या एका डोळ्यात उन्हाळा असला तरी दुसऱ्यात पावसाळा आहे. जगाच्या बागेतील त्या माळ्याच्या कमरेला चकचकीत कोयती चमकत असली तरी त्याच्या हातात पाण्याची झारी आहे. 'कालाय तस्मै नमः' हे उद्‌गार काढताना त्या झारीकडे लक्ष दिले तर काल हा राक्षस नसून देवमाणूस आहे, असेच उद्‌गार कुणाच्याही तोंडून निघतील.

■

आत्महत्या

'तरुणाची आत्महत्या' ही वर्तमानपत्रातली जाड अक्षरे पाहून माझ्या मनात एकदम विचारांचे काहूर उसळले. इहलोकात नोकरी कुठेही न मिळाल्यामुळे तिच्या चौकशीकरताच बिचारा परलोकाला गेला असावा. कदाचित प्रेमभंगामुळेही त्याने आत्महत्या केली असेल. आपणाला शंकरानं जाळलं याचा सूड मदन दुबळ्या मनुष्यावर नेहमीच घेत असतो. मदनाइतका दुष्ट देव जगात दुसरा कोणीच नसेल. तो एका हाताने लोखंडाजवळ लोहचुंबक नेतो आणि दुसऱ्या हाताने त्या दोघांच्यामध्ये आडपडदा निर्माण करतो. भ्रमरांना तो सुंदर व सुगंधी फुले दाखवितो, पण ते त्यांच्याजवळ जातात न जातात तोच आपल्या जादूने तो त्या फुलांच्या कळ्या करून टाकतो. मदनाचे पाच बाण फुलांचे असतात असे संस्कृत कवी म्हणतात, ते बाण फुलांचे असले तरी त्यांची टोके काट्यांची असतात. एवढेच नव्हे तर प्रसंगी ती विषाने माखून ठेवायलाही मदन कमी करीत नाही.

माझे मन मदनाची अशी निंदा करीत असतानाच (या निंदेचे कारण प्रेमबिम काही नाही. मी त्याला घातलेल्या शिव्या अगदी नि:स्वार्थी होत्या.) माझ्या डोळ्यांनी ती आत्महत्येची बातमी वाचली. ती वाचताना अपरात्री घराबाहेरील खडबड ऐकून चोर असतील या कल्पनेने सर्व मंडळींनी एकमेकांना धीर देत दंडुके सरसावून बाहेर जावे आणि त्यांची चाहूल ऐकताच भिंतीशी कानगोष्टी करणाऱ्या घुशींनी धूम

ठोकावी तशी माझी स्थिती झाली. तो तरुण बेकार नव्हता आणि त्याचा प्रेमभंगही झाला नव्हता. उलट आत्महत्येपूर्वी दोनच दिवस त्याचे लग्न झाले होते. मदनाच्या राज्यात प्रवेश झाला न झाला, तोच इतक्या तातडीने यमराजाची सरहद्द त्याने गाठण्याचे कारण अगदीच साधे होते. त्याने पसंत केलेली बायको रूपाच्या दृष्टीने इतरांना आवडली नाही म्हणे! त्याच्यासारख्या तरुण मनुष्याने 'म्हातारा आणि त्याचा गाढव' या गोष्टीतील कुणातरी एकाप्रमाणे वर्तन करावे हे तरुण पिढीला मुळीच शोभण्याजोगे नाही.

त्याच्या बायकोचे रूप इतरांना आवडले नाही ना? फार उत्तम! पुण्यप्रभावातला सुदाम त्याच्या जागी असता, तर इतरेजनांचे हे मत ऐकून मूठभर मांस चढल्यामुळे त्याचे फाटके अंग थोडे तरी भरदार झाले असते. आपल्या बायकोचे रूप इतरांना आवडत नाही, म्हणून स्वत: आत्महत्या करायची? आपण घेत असलेल्या औषधाचा वास शेजारी बसलेल्या इसमाला कसासाच वाटतो, म्हणून ते औषध फेकून देणे शहाणपणाचे होईल का? इतरांची मते इतकी जिवाला लावून घ्यायची म्हटले तर, बहुतेक ग्रंथ छापून होताच जाळून टाकावे लागतील आणि शेकडा नव्याण्णव मुलांना ब्रह्मदेवाच्या हातून घेऊन यमाच्या हातात देणेच योग्य ठरेल.

या तरुणाची ही फाजील नाजूक मनोवृत्ती दुसऱ्या काही लोकांच्या वाट्याला गेली तर मात्र जगाचा फायदा होण्याचा संभव आहे. स्वत:च्या मनाला येईल ती मुलगी अगर मुलगा आपल्या पोरापोरींच्या गळ्यात बांधणाऱ्या आईबापांच्या अंगात या तरुणाचे वारे संचारले किंवा प्रजेला पिळून तिच्या रक्तावर रंग उडविणाऱ्या जुलमी राज्यकर्त्यांना असली लोण्याची लहर आली तर काय बहार होईल! श्रोत्यांच्या कपाळावरील आठ्यांकडे दुर्लक्ष करून आपले गायन सुरू ठेवणारे गवई, गिऱ्हाइकांच्या भिडस्तपणाचा फायदा घेऊन त्याच्या पदरात घाणेरडा माल बांधणारे व्यापारी, तेरड्याप्रमाणे तीन दिवसात रंग पालटणारे देशभक्त इत्यादिकांनी या आत्महत्याविशारद तरुणाला गुरू करणे फारसे अयोग्य होणार नाही.

युद्धाप्रमाणे आत्महत्याही अनेकदा क्षुल्लक कारणावरून होतात. सर्व्हियाच्या राजपुत्रावर जी गोळी झाडली गेली, तिने जगाला सहा वर्षे आग लावून दिली. या आत्महत्या करणाऱ्या तरुणाच्या बाबतीतही असेच झाले. विनोदाने म्हणा वा कुचेष्टेने म्हणा, मंडळींनी त्याच्या बायकोच्या रूपाची थट्टा केली, केली तर केली! 'तुझी बायको शूर्पणखा आहे' असे कुणी म्हटले तर जीव देणे हे काही त्याच्या टीकेला योग्य उत्तर नव्हे. शूर्पणखा रावणाची बहीण असल्यामुळे आपली सासुरवाडी सोन्याच्या लंकेत आहे, या विचाराने मनाचे समाधान तरी मानून घ्यावे, नाही तर टीकाकाराच्या बायकोला कुब्जा तरी ठरवावी! जग आपल्या वाटेवर काटे पसरायला बसलेच आहे. ते काटे चुकविता आले तर उत्तमच- पण दुर्दैवाने त्यातील एखादा

आपल्या पायात मोडला तर, काट्याने काटा काढता येतो हे विसरता उपयोगी नाही.

पण विकाराच्या भरात तरुण लोकांना याची विस्मृती पडते. (आत्महत्या करणारे लोक नेहमी तरुणच असतात. आत्महत्या करणारा वृद्ध हे वदतो व्याघाताचे उत्तम उदाहरण मानता येईल.) कुणी नापास झाल्यामुळे भरपूर अफू खातो, तर कुणी परीक्षेत पहिला वर्ग न मिळाल्यामुळे गळ्यावर वस्तरा चालवितो. बिचाऱ्यांच्या ध्यानातही येत नाही की 'युनिव्हर्सिटी', 'टेक्स्ट', 'रिझल्ट', 'क्लास', 'सर्टिफिकेट', 'ॲप्लिकेशन' वगैरे शब्दांचा अर्थ स्वर्गातील बृहस्पतीलासुद्धा ठाऊक नाही. मग इतर देवांची गोष्ट दूरच राहिली.

आत्महत्या करणाराची मन:स्थिती काय असते यासंबंधी चार अनुभविक शब्द सांगण्याचा अधिकार मला मुळीच नाही. मी आतापर्यंत जी काय अफू खाल्ली असेल ती अगदी लहानपणी आईच्या हातूनच. त्या वेळी अफूचा अर्थही कळणे मला शक्य नव्हते. पण मी किरकिरा असल्यामुळे लहानपणी मला अफूची चव चाखावी लागे, एवढे मात्र खरे. दाढी येण्याइतका मोठा झाल्यावर मी स्वत:च्या गळ्यावर वस्तारा चालवू लागलो, पण आतापर्यंत माझा सारा रोख हनुवटीखालच्या दरीत लपून बसलेल्या केसांवरच आहे. त्या दरीच्या खाली असलेल्या पाताळात जाण्याचा माझ्या हाताने कधीच प्रयत्न केला नाही. गळफासाची नुसती कल्पनादेखील मला भेसूर वाटते. भवसागरात मनुष्याला एके दिवशी आपोआपच बुडायचे आहे. मग उगीच दोराचा फास करून ते गळ्यात अडकवायचा आणि खडखड करीत आयुष्याचा राहाट एकदम तोडायचा, हा उद्योग सांगितला आहे कुणी? मी आतापर्यंत विष खाल्ले नाही याचे कारण माझ्यापाशी विष खायलादेखील पण पैसा नाही हे नाही. विष खाण्याचीच इच्छा आतापर्यंत मला उत्पन्न झाली नाही, त्याला मी तरी काय करू?

आत्महत्या करणाऱ्यांची भुते माझे हे उद्‌गार ऐकून दातओठ खात माझ्यावर चालून येतील आणि 'सुखात लोळणारा आत्महत्या कशाला करील?' हा प्रश्न माझ्या तोंडावर फेकतील. बिचाऱ्यांना माझे चरित्र कळले तर - तर नि:संशय ते यमराजाकडे जाऊन मृत्युलोकात परत जाण्याची परवानगी मागतील. 'एकदा दिलेले तिकीट कोणत्याही सबबीवर परत घेतले जाणार नाही' या नाटक मंडळींच्या हस्तपत्रकात सापडणाऱ्या नियमासारखा आपल्या कोडातील कायदा दाखवून यमराज त्यांची निराशा करतील. पण त्याला कुणाचाच इलाज नाही.

आत्महत्या ही मृत्यूची अर्धांगी आहे. बायकोची लहर सांभाळण्याकरिता ती ज्या प्राण्याकडे आपली दृष्टी वळवील त्याच्याकडे मृत्यू ढुंकूनही बघत नाही. पण पतीच्या या औदार्याचा फायदा घेण्याइतकी आत्महत्येला अक्कल आहे कुठे? ती नेहमी दुर्बळ तरुण-तरुणींनाच आपल्या पाशात गुरफटून टाकते. ज्या दुष्टांना भिऊन मृत्युदेखील दोन पावले मागे जातो, त्यांना भुलवून आपल्याकडे ओढल्याचे ध्येय

तिने आपल्यापुढे ठेवले, तर मृत्यूलोकात होणारी तिची निंदा थांबल्याशिवाय राहणार नाही.

जीव जड झाला की हलके वाटावे म्हणून तो फेकून द्यावा, ही दिसते तेवढी सोपी गोष्ट नाही. जीव घेण्याइतकेच देणेही कठीण आहे. दोन्ही अत्याचारच. पहिला दुसऱ्यावर होतो तर दुसरा स्वत:वरच होतो. परंतु जीव देणे ही गोष्ट कठीण असली तरी ती करण्याचा आव आणणारे जगात थोडे असतात असे नाही. मुलीने सुशिक्षित आईबापांच्या इच्छेविरुद्ध आपला पती निवडला की, ते तिला जीव देण्याचा धाक घालतात. दररोज हमरीतुमरीवर येणाऱ्या नवराबायकोचेही जीव देणे हेच ब्रह्मास्त्र असते. पण परस्परांवर क्षणोक्षणी ब्रह्मास्त्र सोडूनही ती दोघे जिवंतच राहतात. माझ्या एका स्नेह्याचे वडील म्हणजे नुसता जमदग्नीचा अवतार होते. वय होऊ लागले तसतशी इतरांकडून अंग रगडून घेण्याची इच्छा त्यांना होऊ लागली. त्यांचे तरुण चिरंजीव आणि त्यांच्याकडे पत्ते खेळायला येणारे स्नेहीसोबती यांना इस्पिकातल्या राजेराण्यांना सोडण्याचा मोह बहुधा आवरत नसे. ही उपेक्षा पाहून म्हातारेबुवांनी एके दिवशी जीव देण्याचा निश्चय केला. तिन्हीसांज झाली होती. गड्याला घेऊन स्वारी विहिरीपाशी गेली. इतर मंडळीही कुतूहलाने त्यांच्यामागून गेली. दिव्याच्या साहाय्याने बराच वेळ विहिरीच्या अंतर्भागाचे निरीक्षण करून ते उद्गारले, 'पाणी फार खोल आहे बुवा.' विहीर काठोकाठ भरेपर्यंत त्यांनी आपला आत्महत्येचा बेत लांबणीवर टाकला!

आत्महत्या हे सर्व धर्मशास्त्रांच्या दृष्टीने महत्पाप आहे. ज्या वेळी लग्नाचा मुख्य हेतू प्रजोत्पादन होता आणि नवीन वसाहतीकरता मिळतील तितकी माणसे हवीच असत, त्यावेळी आत्महत्येची गणना पापात होणे स्वाभाविक होते. पण लग्न झाल्याबरोबर संततिनियमनाचा अभ्यास सुरू केला तरच संसार सुखाने करता येणे शक्य आहे असा काळ जसा आता आला आहे, त्याप्रमाणे आत्महत्या हे महापुण्य मानण्याचा काळही केव्हा तरी पृथ्वीवर येईल, नाही कुणी म्हणावे?

आत्महत्या करण्याचा प्रयत्न करणाराला कायदा शिक्षा ठोठावतो. विकारांच्या आवेगात जीव देण्याचा प्रयत्न करणाऱ्या दुबळ्यांना शिक्षा ठोठावणाऱ्या कायद्याला शरीराच्या पडद्याआड चालणाऱ्या आत्महत्या कुठे दिसत आहेत? बापजाद्यांनी भल्याबुऱ्या उपायांनी मिळविलेल्या जमिनीत शेतकऱ्यांच्या निढळाच्या घामाने पिकणारे सोने पलंगावर लोळत लोळत घेणाऱ्या मनुष्याचा आत्मा जिवंत असतो काय? वर्तमानपत्रातून ज्याच्याबद्दल कधी चकार शब्दही येत नाही, पण चित्रगुप्ताच्या वहीत ज्यांच्याविषयी खास उल्लेख होत असेल, अशा आत्महत्या पाहायच्या असल्या तर राजांची सिंहासने, कारखानदारांचे बंगले आणि जमीनदारांची बँक-बुके पाहावीत. या आत्महत्यांना आळा घालणारा कायदा कधी होणार?

■

पहिला दिवस

दूध पिता पिता मी आश्चर्याने म्हटले 'चांगलं आहे आजचं दूध.' आमच्या दूधवाल्याची बाव आटली, की गावात नुकत्याच होऊन गेलेल्या सत्याग्रहाचा त्याच्या मनावर परिणाम झाला? काही केल्या हे कोडे मला उलगडेना. 'दूध अमृत खरे! पण ते पृथ्वीवरले अमृत. पृथ्वीचा तीन चतुर्थांश भाग पाण्याने व्यापलेला आहे, हे खरं ना? मग पृथ्वीवरच्या अमृतातही तितकं पाणी असलं म्हणून काय झालं?' असले काही तरी बोलून दररोज माझ्या बंडखोर जिभेची मला समजूत करावी लागे. पण आज—

आज दूध पिताना माझी ब्रह्मानंदी टाळी लागली होती. "काय छान आहे आजचं दूध!" पेला खाली ठेवता ठेवता मी उद्गारलो. माझी पत्नी हसत म्हणाली, "पहिलाच दिवस आहे आजचा!"

"नवीन रतीब लावला की काय?"

माझ्या पत्नीने होकार दिला.

आजच्या दुधाच्या चांगुलपणाचे श्रेय उन्हाळ्याला अगर महात्मा गांधींना नसून पहिल्या दिवसाला आहे, हे ऐकताच माझा ब्रह्मानंद कुठल्या कुठे नाहीसा झाला. आजचा पहिला दिवस म्हणून दूध चांगले मिळाले, उद्या दुसरा-परवा तिसरा. दिवसांचे काय? ते व्याजाप्रमाणे भराभर वाढत असतात. पण दिवसांबरोबर

दुधातील पाणीही वाढू लागणार आणि शेवटी मी पितो ते दूध आहे की पाणी आहे, याची चौकशी करण्याकरिता रसायनशास्त्रज्ञांचे मंडळ नेमावे लागणार. ही आपत्ती टाळायची कशी? एकच उपाय! दररोज नव्या गवळ्याकडून दूध घ्यावयाचे. पण आल्या दिवसाला नव्या गवळ्याचे घर सापडायचे भाग्य गोकुळात कृष्णालासुद्धा लाभले नसेल, मग माझ्यासारख्याची काय कथा? दररोज नवी बायको करणाऱ्या राजामुळे जगाला अरबी भाषेतील सुरस व चमत्कारिक गोष्टी ऐकायला मिळाल्या. दररोज नवा गवळी शोधणाऱ्या माणसाच्या हातून सुद्धा वाङ्मयात अशीच भर पडण्याचा संभव आहे! पण मराठी वाङ्मयाचे तेवढे सुदैव आहे कुठे?

'पहिलाच दिवस आहे आजचा' हे माझ्या बायकोच्या तोंडचे दुधाविषयीचे उद्‌गार गडकऱ्यांनी ऐकायला हवे होते. 'पहिले मूल, पहिले फूल, पहिले चुंबन' या सर्वांतील काव्य क्षणभंगुर आहे, अशी त्यांची क्षणार्धात खात्री झाली असती. पहिले मूल म्हणजे काय? पुढील पाळण्याची प्रस्तावना! पुस्तकाच्या प्रस्तावनेप्रमाणे ती बहुधा फसवीत असायची. ग्रंथ वाचताना अनेक वाचक लेखकांपेक्षा प्रस्तावनाकारालाच शिव्या देत नाहीत का? मुलांच्या बाबतीतही तसेच होते. माझे एक कुटुंबवत्सल स्नेही आहेत. वर्षाने त्यांच्या घरी गेले की नवे कॅलेंडर, नवे पंचांग आणि नवी डायरी यांच्याबरोबर एक नवा चेहराही तिथे दृष्टीला पडायचा. हा नियमच ठरून गेला आहे. या बाबतीत कुणी थट्टेने प्रश्न केलाच तर ते म्हणतात, 'अहो, संकटांमागून संकटं ही यायचीच.' पहिल्या मुलाने बापाचे हे शिफारसपत्र काव्यदेवतेला अर्पण करण्याजोगे आहे यात संशय नाही.

'पहिले चुंबन' ही गडकऱ्यांची कविता शृंगारिक आहे असे मी तरी म्हणणार नाही. 'ठेवुनि मुख सखीच्या गाली। आणिली गुलाबी लाली। त्यावरी।' अशा काही लाल ओळी या कवितेत आहेत हे खरे. पण कविता वाचल्यानंतर त्या लाल ओळींऐवजी करुणेची कृष्णच्छायाच मनावर नाचू लागते.

'हा खेळ एक निमिषाचा। एकदाच अनुभव त्याचा। नच पुन्हा।' या ओळी पुन्हा पुन्हा गुणगुणाव्याशा वाटत नाहीत काय? पण या ओळीत आनंदाच्या जन्माबरोबर त्याच्या मृत्यूचेही वर्णन आहे.

'एकदाच अनुभव त्याचा। आरंभ अंत सौख्याचा। एकदा।
आयुष्य न त्याला बळही। जन्मही पुन्हा त्या नाही। एकदा।
मनि चटका लावायासी। पाठवी दैव जणु त्यासी। एकदा।
निशिदिनी। वाटते मनी। नित्य जन्मुनी।
मरण सोसावे। परि पहिले चुंबन घ्यावे। फिरुनही।।'

ह्या कडव्यात शृंगाराचा उन्मादकपणा ज्याला भासत असेल तो भाग्यवान म्हटला पाहिजे. मला तर त्यातून एका कटू सत्याचे करुण आक्रंदन ऐकू येते. पहिल्या चुंबनाची गोडी पुन्हा कधीही मिळणार नाही. 'एकदाच अनुभव त्याचा! नच पुन्हा.' एका प्रहसनातील नायिका विवाहानंतर पतीस म्हणते, 'आपले लग्न ठरण्यापूर्वी तू माझ्याकडे सेकंद काट्याच्या वेगाने येत होतास, लग्न ठरताच तू मिनिट काटा झालास आणि निर्दया, आता लग्न झाल्यावर तर तुझी गती तास काट्याइतकी मंद झाली आहे.' या नायिकेच्या उपमा कदाचित हास्यजनक असतील, पण तिचा अनुभव करुण नाही असे कोण म्हणेल?

पहिला दिवस! त्या दिवसाची मौज काही निराळीच असते. आपला जगातला पहिला दिवस कुणालाही आठवत नाही ही किती दु:खाची गोष्ट आहे. कॉलेजमधील विद्यार्थिदशा अद्भुतरम्य खरी, पण तिथेसुद्धा पहिल्या दिवसाची सर दुसऱ्या कुठल्याही दिवसाला येत नाही. शिक्षक म्हणून मी प्रथमत: ज्या वर्गात पाऊल टाकले तो वर्ग अजूनही माझ्या डोळ्यापुढे वारंवार उभा राहतो. त्या वर्गात अगर माझ्यात त्या दिवशी विशेष असे काय होते? सर्कशीला नेलेल्या लहान मुलांप्रमाणे दिसणारे विद्यार्थ्यांचे चेहरे आणि नवशिकेपणामुळे मला वाटणारी भीती याखेरीज दुसरे काय असणार? घटस्फोटाच्या कायद्याची उत्सुकतेने वाट पाहणाऱ्या जोडप्यांना त्यांच्या पहिल्या भेटीची यथार्थ आठवण करून देणारे औषध जर कुणी शोधून काढले तर त्यांची मनेसुद्धा क्षणभर डळमळल्यावाचून राहणार नाहीत.

पहिलेपणात ही स्वर्गीय अद्भुतरम्यता कुठून येते? कोणतीही गोष्ट परिचित झाली की, तिच्यातील गोडी थोडी तरी का होईना, का कमी होते? 'अतिपरिचयादवज्ञा' ह्या नियमाला स्वत:चा चेहरा अगर दारू असे काही थोडे अपवाद असतील. पण कुठेही पाहा, जिकडे तिकडे त्याची उदाहरणे विपुल आढळतात. घरी एक दिवस राहणारा पाहुणा यजमानाच्या सौजन्याचे पोवाडे गात जातो. पण तोच पाहुणा महिनाभर राहू द्या! त्याने घराच्या मालकावर विडंबन-काव्य केलेच म्हणून समजावे. संन्याशाविषयी आपल्या समाजात पूर्वी फार आदर असे. या आदराचे मूळ तो एका गावात तीन दिवसांपेक्षा अधिक कधीच राहात नसे, या गोष्टीतच असण्याचा संभव नाही का?

पहिलेपणाची गोडी परिचयाच्या अभावातच असते हेच खरे. पहिलेपण म्हणजे मनुष्याच्या आशेला होणारा अपत्यलाभ होय. आशेच्या पोटी अनुभव जन्माला येतो खरा पण तो आईच्या मुळावरच येतो. पहिलेपणाची गोडी दुसरेपणात नाही याचे कारण हेच आहे. पुढे अनुभवाने कितीही आनंदित होण्याचा प्रयत्न केला तरी मधूनच त्याचे मातृहीन हृदय आशेला उद्देशून करुण स्वराने गुणगुणू लागते.

हे गुंतले जिवाचे। पायी तुझ्याच धागे।
ये रागवावयाही। परि येई येई वेगे।

'काशीस जावे, नित्य वदावे' असे जुने लोक म्हणत असत त्याचेही मर्म हेच असावे. काशीला जाण्याच्या गोष्टी बोलण्यात आणि कल्पनेने पुढील चित्रे रंगविण्यात जो आनंद आहे, तो काशीला जाताना अगर गेल्यावर टिकणे कधी तरी शक्य आहे का? घरी आरामखुर्चीवर अगर अंथरुणावर पडून आईबरोबर काशीयात्रेचे बेत करताना मोटार नादुरूस्त होत नाही, आगगाडीतली गर्दी जाणवत नाही, पंड्यांच्या चक्रव्यूहाची भीती वाटत नाही आणि काशीतल्या बोळातली घाणही नाकात शिरत नाही. पण प्रत्यक्ष प्रवासाचा प्रसंग येऊ द्या! काशीयात्रा म्हणजे दुसरी कैलासयात्राच असा अनुभव येतो.

पहिलेपणाची सर दुसरेपणाला येत नाही, मग ते लग्न असो नाहीतर विघ्न असो. हौशी बिजवर आणि दुसऱ्यांदा लढाईवर जाताना भीतीने ग्रस्त झालेला शिपाई दोघेही जगात विरळाच! पहिलेपणाची मोहिनी पुढे टिकत नाही म्हणून तर जग इतके दु:खी झाले आहे पण दुसरेपणात पहिलेपणची गोडी आणायची कशी? मुलाने उत्साहाने अभ्यास करावा म्हणून त्याला दररोज नव्या शाळेत पाठविणे शक्य नाही. 'गडकरी' आणि 'यशवंत' यांनी आशाभंगाची गीते आपल्याला पाहून लिहिली आहेत, असे मानणारा तरुण कितीही श्रीमंत असला तरी त्याला दररोज नवी बायको थोडीच करता येणार आहे! तुमचा दूधवाला कितीही प्रामाणिक असो, पहिल्या दिवशीइतके चांगले दूध तो नेहमी देईल ही आशाच करू नका. चांगले दूध हवे तर स्वत: गाय पाळणे हाच उत्तम पंथ. गो-पालनाचे पुण्य तर मिळेलच, पण गोरक्षणविषयक वर्तमानपत्रात नावही येईल. गाईला चारा घालणे, गाईच्या पाठीवरून प्रेमाने हात फिरविणे, तिच्या मानेखाली खाजविणे, खरंच किती आनंददायक कामे आहेत ही!

पण एक मात्र विसरू नका हं! गाय पाळली नाहीत तोपर्यंत ही मौज आहे. पहिल्या दिवशी मोठ्या आनंदाने कराल तुम्ही ही कामे. पण दुसरे दिवशी? गाईच्या लाथा, शेणाची घाण वगैरे गोष्टी सोडून द्या, पण दुसरा दिवस म्हणजे काही पहिला दिवस नव्हे! नाटकात अन् कादंबऱ्यात लेखक नायक-नायिकांचे प्रथमदर्शनी प्रेम जडवितात याचे कारण हेच आहे. पहिल्या दर्शनाच्या वाहत्या गंगेत हे धूर्त लेखक हात धुऊन घेतात. तेवढी संधी गेली की नायक नायिकांचे लग्न जुळण्याची आशा नाही हे त्यांना पक्के ठाऊक असते.

पहिलेपणाचे महात्म्य असे आहे आणि त्याचा फायदा मीही यथाशक्ति घेत असतो. मरणाचा विचार मनात यायला अमुकच कारण लागते असे नाही.

रस्त्याने जाताना प्रेत दृष्टीला पडते, वर्तमानपत्रे वाचताना अपघाताची जानपछान होते, काव्यात तर कवी एकदम फुलांवरून उडी मारतो ती चितेवर जाऊन पडते. अशा वेळी मनुष्याचे मन उदास होणे काही अस्वाभाविक नाही. हा उदासीनपणा घालविण्याकरता मी म्हणतो, 'मरणाला काय भ्यायचं एवढं! परलोक पूर्वी पाहिल्याचे काही आपल्याला आठवत नाही. परलोक लोकाला माझी ही बहुधा पहिलीच भेट असावी, अन् पहिलेपणात गंमत नाही असे कधी झालेय की काय? दुसऱ्यांदा मरायची पाळी येईल तेव्हा पाहता येईल. पण पहिल्यांदा एकदा गमतीने मरायला काय हरकत? परलोकातल्या पहिल्या दिवसाची मौज तरी त्यामुळे लुटायला मिळेल.'

■

डोळे

डोळे, कान, नाक वगैरे ज्ञानेंद्रियांपैकी कुणाला नोबेल प्राइज द्यावे असा प्रश्न उपस्थित झाला तर त्याचा निकाल काय होईल? अष्टौप्रहर डोळे मिटून गाणे ऐकणारे अगर सदोदित पक्वान्नांच्या मधुर गंधाबरोबर डुलक्याही घेणारे थोडे लोक सोडून दिले तर बाकी सर्वांची मते डोळ्यांच्या बाजूनेच पडतील. नील आकाशाच्या अगाध समुद्रातून असंख्य तारकारत्ने घेऊन रजनीदेवी जेव्हा प्रकट होते तेव्हा अत्यंत आदराने तिचे स्वागत कुणाकडून होते? डोळ्यांकडूनच. विशाल सागरावरील असंख्य लहरींच्या वेली क्षणोक्षणी वसंताचा स्पर्श झाल्याप्रमाणे फुलू लागलेल्या पाहून आनंदाने कोण नाचू लागते? आपले डोळेच. रवींद्रनाथांची काव्यशक्ती डोळ्यांना लाभलेली आहे, एवढेच नव्हे तर चंद्रशेखर रमणांची शास्त्रशक्तीही त्यांच्या ठिकाणी आहे. लोलकातून होणारे सूर्यकिरणांचे पृथक्करण डोळे नसले तर कसे दिसेल? पृथ्वीपासून कोट्यवधी मैलांवर आपल्याच नादात भ्रमणाऱ्या ग्रहांची विचारपूस डोळ्यांवाचून दुसरे कोण करू शकेल? कवी आणि शास्त्रज्ञ या नात्यांनी डोळ्यांचा नोबेल प्राइजवर हक्क पोचतोच पोचतो, पण शांततेचे प्रस्थापक या दृष्टीनेही त्यांची किंमत मोठी आहे. बाजाराचे स्वरूप आलेल्या शाळेवर मुख्य शिक्षकांची दृष्टी पडली की, तिथे स्मशानातली शांतता नांदू लागते. हा अनुभव लहानपणी कुणाला आलेला नाही?

नाक व कान यांच्यापेक्षा डोळ्यांना किती तरी पटींनी अधिक स्वातंत्र्य आहे. नाकाची स्थिती संस्थांनी प्रजेसारखी, तर कानांची ब्रिटिश मुलखातल्या प्रजेप्रमाणे आहे. पण डोळ्यांना मात्र जपान-अमेरिकेतल्या लोकांचे हक्क आहेत. भाजी आणायला जात असताना रस्त्यावर अनेकदा मेलेले मांजर आपल्या दृष्टीला पडते. बीभत्सरसाची मनुष्याला आवड नसल्यामुळे असो, अगर त्या छिन्नभिन्न सडक्या प्रेताकडे पाहिल्यास गौतम बुद्धाप्रमाणे आपणाला वैराग्य प्राप्त होऊन आपण भाजीच्या झोळीचे रूपांतर एकदम बैराग्याच्या झोळीत करू अशी शंका मनात उत्पन्न झाल्यामुळे असो, आपण त्या वेळी दुसरीकडे पाहू लागतो. डोळे स्वतंत्र असल्यामुळे मेलेले मांजर आडवे आले तरी त्यांना काही त्रास होत नाही. पण गरीब बिचारे परतंत्र नाक! संस्थानी प्रजा! जागचे हालता येत नाही आणि स्वत:चे रक्षण करण्याचे त्राणही अंगात असत नाही. दुर्गंधी टाळण्याकरिता उपरण्याचा पदर किंवा हातरुमाल जवळ करावा म्हटले, तरीदेखील नाकाला हाताची मदत घेतल्याखेरीज गत्यंतर नाही. बरे, हातरुमालाची कुमक मिळाली तरी आपण वाट चुकून नरकाच्या आसपास आलो आहोत असा भास व्हावयाचा तो होतोच. हातरुमालाचा अनत्याचारी मार्ग सोडून चिमटीने नाक दाबण्याचा अत्याचारी मार्ग धरावा तर तोही यशस्वी होण्याचा संभव नाही. संध्या सुटल्यामुळे प्राणायामाची सवयही सुटलेली. क्षणभर दम कोंडून धरला तर एखादे वेळी प्राणच जायचा! प्राण गेल्याचेही तितकेसे दु:ख नाही. कारण 'एक दिन जाना रे भाई', 'जातस्यहि ध्रुवो मृत्यु:', 'मरणं प्रकृति: शरीरिणाम्' वगैरे वाक्ये लहानपणापासून आपल्या वाचनात येत असतात. भीती हीच की, मेलेले मांजर बघून त्या धक्क्याने हा मेला अशी अपकीर्ती लोकात होईल. हातपाय गार पडू लागलेल्या माणसाखेरीज प्रत्येक जण चारुदत्ताप्रमाणेच म्हणत असतो की, 'मला मरणाची भीती नाही, अपकीर्तीची आहे.'

मेलेल्या मांजरापुढे नाक मुठीत धरून जाण्याचा प्रसंग मनुष्यावर येणे ही अत्यंत नामुष्कीची गोष्ट आहे. नाक नसते अगर असून ते स्वतंत्र असते तर सर्व सृष्टीचा राजा, जो मनुष्य त्याच्यावर हा मानहानिकारक प्रसंग कधीही ओढावला नसता. सदैव उघड्या असलेल्या नाकपुड्यांमुळे नाकाची स्थिती बिनदरवाजाच्या धर्मशाळेप्रमाणे झाली आहे. डोळ्याचे तसे नाही. भिवयांच्या धनुष्यांचा सुंदर स्त्रियांखेरीज इतरांना उपयोग झाला नाही तरी, पापण्यांच्या दरवाजामुळे प्रत्येकाचे डोळे एखाद्या टुमदार बंदिस्त बंगल्याप्रमाणे सुरक्षित असतात. नाकाच्या धर्मशाळेत अत्तराच्या सुगंधापासून माडी दुकानातल्या दुर्गंधीपर्यंत वाटेल त्याने बिऱ्हाड करावे. नाकाला त्या बाबतीत हूं की चूं देखील करता येत नाही. पण डोळ्यांच्या बंगल्यापाशी अनिष्ट असा धुळीचा कण येताच बंगल्याचे दरवाजे झटकन झाकले जातात.

कान व डोळे यांची तुलना केली तरी हेच सिद्ध होते. एखाद्याचे कान अलंकारिक रितीने उघडले जातात हे खरे, पण ते खरोखर कधीच उघडता येत नाहीत. जागे असलेल्याला जागे कोण करणार? ही म्हण थोडीशी बदलून, उघडे असलेल्याला कोण उघडणार, अशी ती कानाच्या बाबतीत वापरता येईल. तथापि कानांची स्थिती नाकापेक्षा एकंदरीत बरी! एखादा मनुष्य रासभरागात गाऊ लागला तर बोटांच्या साहाय्याने कानांना त्या गाण्यापासून आपला बचाव करून घेता येतो. पण हातांनी ही मदत देण्याचे नाकबूल केले, तर मात्र कानाचे हाल कुत्रादेखील खाणार नाही. व्याख्यान ऐकताना अनेकदा अशी स्थिती होते. व्याख्याता मनाला येईल ते बरळत असतो. त्याची बडबड ऐकण्यापेक्षा दंतवैद्याकडून एकदम बत्तीस दात उपटून घेणे बरे असे वाटू लागते. पण सभेतून उठून जावे तर सभ्यपणा आड येतो, कानात बोटे घालावी तरीही सभ्यपणा आड येतो. मुकाट्याने दातओठ खात, हात चोळीत आणि व्याख्यात्याला जन्माला घालणाऱ्या ब्रह्मदेवाला मनातल्या मनात शिव्यांची लाखोली वाहत जागच्या जागी बसावे लागते. कानाचे पाळे डोळ्याच्या पापणीपेक्षा मोठे असते, पण उघडझापीचे हक्क नसल्यामुळे स्वसंरक्षणाच्या दृष्टीने ते अगदीच निरुपयोगी आहे. कुड्यासारख्या दागिन्यांच्या प्रदर्शनाचे स्थळ या दृष्टीने बायकांना कदाचित कानाच्या पाळ्यांची मातब्बरी वाटत असेल, पण कानातील भिकबाळी कृष्णशास्त्री चिपळूणकरांच्या पागोट्याइतकीच जुनीपुराणी वस्तू ठरल्यामुळे पुरुषाच्या मते तरी कानाचे पाळे व अजागलस्तन यांच्या किंमतीत फारसा फरक नाही. शेजारी एखादे देऊळ असून त्यात रात्रीचे भजन सुरू झाले अगर आसपास सिनेमागृह असले की कानाची दुर्बलता मनुष्याला चांगलीच जाणवते.

डोळ्यांच्या श्रेष्ठत्वाचे आणखी किती तरी पुरावे देता येतील. मुलीचे डोळे आवडल्यामुळे ती भावी पतीला पसंत पडल्याची उदाहरणे हवी तितकी सापडतील. भावी वधूच्या कानावर खूश होऊन तिचे पाणिग्रहण करणारा तरुण मात्र प्रहसनात देखील दृष्टीला पडणार नाही. एखाद्या व्यवहारचतुर पुराणमतवाद्याने भावी पत्नीच्या कानाकडे लक्ष दिलेच तर ते सौंदर्याचा अगर कर्णमहात्म्याचा विचार मनात आणून तो देतो असे मुळीच नाही. प्रसंग पडलाच तर हातात धरण्याइतका तिचा कान मोठा आहे की नाही, याचीच तो मोजणी मापणी करीत असतो.

सर्व देशांतील आणि सर्व भाषांमधील कवींची सुभाषितांपासून महाकाव्यांपर्यंतची सर्व काव्ये हे डोळ्यांच्या मोठेपणाचे लेखी पुरावेच आहेत. 'मृगाक्षी', 'मीनाक्षी', 'कमलाक्षी', 'मदिराक्षी' वगैरे 'क्षी'चा संस्कृत काव्यातील घोळका पाहिला म्हणजे, चराचर वस्तूंवर डोळ्यांचेच राज्य चालत असले पाहिजे असे वाटल्यावाचून राहात नाही. कमळाची सार्वजनिक उपमासुद्धा नाक व कान यांना लागू पडत नाही. मग हरिण, मासे अगर इतर पशुपक्षी त्यांच्या वाट्याला कुठून येणार? शिळ्या झालेल्या

चाफेकळीशिवाय अद्यापिही कविलोक नाकाला दुसरा कुठलाही अहेर करीत नाहीत, ही लक्षात घेण्याजोगी गोष्ट आहे.

'वज्रादपि कठोराणि मृदूनि कुसुमादपि' हे लोकोत्तर पुरुषांचे वर्णन डोळ्यांनाही लागू पडते. वल्लभाचे दर्शन होताच लाजाळूच्या झाडाप्रमाणे चटकन खाली लवणारे रमणीचे डोळे क्षणभरात त्याच्यावर कटाक्षबाणांची वृष्टी करू लागतात. तृतीय नेत्र उघडून मदनाला जाळणारे भगवान शंकर त्याच वेळी बाकीच्या दोन डोळ्यांनी वल्कले परिधान करून आपली सेवा करीत बसलेल्या पार्वतीकडे पाहात नव्हते काय? तृतीय नेत्रातून अग्निज्वाला उफाळत असतानाही त्यांच्या दृष्टिला वल्कलधारिणी गिरिजा, मंद चंद्रिकेने युक्त असणाऱ्या रजनीसारखीच भासली की नाही?

डोळ्यातून अग्निकणांचा वर्षाव होतो त्याप्रमाणे जलबिंदूही बाहेर पडतात. मनुष्यदेहातले अत्यंत पवित्र स्थळ म्हणजे डोळेच, कारण तिथेच गंगा-यमुनांचा संगम झालेला आढळून येतो. मानवी हृदयातील निराकार परमेश्वर साकाररूप धारण करून आपल्या भक्तांना नेत्रांच्या द्वारे दर्शन देतो. जशी व्यक्ती तशी भाषा या न्यायाने पाहिले तरी डोळ्यांची थोरवी सहज पटेल. डोळ्यांच्या भाषेइतकी सूचक भाषा जगात दुसरी कुठलीही नाही. डोळ्याचे पाते लवते न लवते इतक्या काळात नेत्रपल्लवी मूकपणाने जे सांगून जाते ते वर्णन करण्याला उत्कृष्ट कादंबरीकाराला पानेच्या पाने खर्ची घालावी लागतील. पाळण्यातल्या तान्हुल्याशी वत्सल माता याच भाषेत बोलते, बोहल्यावरील वधूवरे आपला अनुपम आनंद याच भाषेत प्रकट करतात, अपत्यावियोगाच्या अग्नीने पोळलेले दुर्दैवी आईबाप याच भाषेत एकमेकांचे सांत्वन करतात. दुसरी कुठलीही भाषा हे भाव प्रकट करण्याला असमर्थ ठरते.

उलट बाजूने येणाऱ्या आक्षेपांचे खंडन हे आपल्या बाजूचे समर्थन असते. त्या दृष्टीने डोळ्यांच्या श्रेष्ठत्वाविरुद्ध उपस्थित होणाऱ्या मुद्यांचा विचार करणे अयोग्य होणार नाही. सर्व कवी नेहमी नयनमहात्म्य वर्णन करीत असतात. पण नियमाला अपवाद असायचाच या न्यायाने, एका कविमहाराजांनीच डोळ्यांचे श्रेष्ठत्व अबाधित नाही असे सिद्ध करण्याचा प्रयत्न केला आहे. कान व नाक या दोघांनी असहकारिता पुकारली तर चश्म्याची डोळ्यांवरून उचलबांगडी होईल असा या कवींचा मुद्दा आहे. चश्मा हेच अधूदृष्टीच्या मनुष्याचे डोळे असल्यामुळे त्याला हा मुद्दा कदाचित पटेल. पण चश्मे वापरणारापेक्षा न वापरणारेच अद्यापि जास्त असल्यामुळे नाक व कान यांच्या सहकारितेला फार लोक किंमत देणार नाहीत. शिवाय कानाच्या मदतीवाचून चश्मे सध्याच वापरले जातात. उद्या नाकाची जरूर लागणार नाही असाही चश्मा निघेल!

असले आक्षेप सोडून दिले तर सर्व गोष्टी डोळ्यांच्या श्रेष्ठत्वालाच अनुकूल

आहेत. डोळे हा आयुष्याच्या नाटकाचा दर्शनी पडदा आहे. डोळे उघडले की हे नाटक सुरू होते आणि ते कायमचे मिटले की हे नाटक संपते. पत्रिकेचे फलसुद्धा तिच्यातील ग्रह एकमेकांकडे वासराला चाटणाऱ्या गाईप्रमाणे पाहतात की मारक्या म्हशीप्रमाणे पाहतात याच्यावरच अवलंबून असते असे म्हणतात. पाहिल्याशिवाय या जगातले कोणतेच कार्य पार पडत नाही आणि पाहणे हे डोळ्यांचेच कार्य आहे. कचेरीत मुलगा चिकटवून देण्याची विनंती करायला बाप गेला की वरिष्ठ अधिकारी सांगतात, 'पाहू या बुवा!' या दोघांच्या पाहण्याच्या दृष्टी मात्र भिन्न होतात. बाप रिकामी जागा आपला मुलगाच कसा भरून काढील, हे बघत असतो तर अधिकारी आपला रिकामा खिसा कसा भरून निघेल हे बघत बसतो. भांडणतंट्याच्या वेळचा मुख्य मंत्र, 'बरं आहे, पाहून घेईन.' हा असतो हे सर्वांना ठाऊकच आहे. 'घर पाहावे बांधून आणि लग्न पाहावे करून' या सुप्रसिद्ध म्हणीचा आत्मा पाहणे हाच आहे. घर बांधणे आणि लग्न करणे यांची पाहिल्याशिवाय कधीच सांगता होत नाही. हे पाहूनच घर व लग्न याचा खर्च मूळ अंदाजापेक्षा इतका अधिक होतो की, मालकाला आपणाला कुणी घराच्या पायात पुरले असते अगर लग्नातल्या मारामारीत आपला प्राण गेला असता तर फार बरे झाले असते, असे वाटू लागते, ही गोष्ट निराळी! मनुष्य हा पाहणारा प्राणी आहे अशी व्याख्या अद्यापि कुणी केली नाही, पण हिच्याइतकी चांगली मनुष्यप्राण्याची व्याख्या दुसरीकडे कुठेही आढळणार नाही. मनुष्य मरताना तरी डोळे का मिटतो अशी शंका या व्याख्येवर घेतली जाईल, पण त्याला उत्तर 'मेल्याशिवाय स्वर्ग दिसत नाही' या म्हणीतच आहे. स्वर्ग पाहण्याकरताच तो मरत असल्यामुळे त्या वेळी त्याची दृष्टी तिकडे वळलेली असते. डोळ्यांच्या रोगांनासुद्धा 'मोतिबिंदू'सारखी प्रतिष्ठित नावे आहेत ही गोष्टही डोळ्याआड करण्याजोगी नाही.

कवींनी जगाला नाना प्रकारच्या उपमा दिल्या आहेत. कुणी मृत्युलोकाला माहेर मानून परमेश्वराला पती बनवितो, तर कुणी संसार आणि सासर यांची सांगड घालून देवाच्या घराला माहेराचे रूप देतो. रंगभूमी, बाजार वगैरे उपमाने इतकी जुनी झाली आहेत की, वापरून वापरून गुळगुळीत झालेल्या पैशांप्रमाणे ती वाङ्मयाच्या बाजारात (बाजार आलाच की इथे पुन्हा) चालतील की नाही याचीच शंका वाटते. (विश्वविद्यालयाच्या प्रवेशपरीक्षेचा मंडप, वांद्र्याचा कसाईखाना वगैरे उपमा अद्यापि कोऱ्या करकरीत असल्यामुळे त्या जगापुढे मांडाव्या अशी माझ्या एका मित्राची उत्कट इच्छा होती. पण दुर्दैवाने आमच्यापैकी कोणीच कवी नसल्यामुळे त्या तशाच पडून राहिल्या आहेत. कच्च्या मालाचा पक्का माल बनविणारी यंत्रे नसली म्हणजे देशाचे भयंकर नुकसान होते हेच खरे!)

कवींनी जगाला कसल्याही बऱ्यावाईट उपमा दिल्या असल्या तरी मला जीव

हा जग पाहण्याकरिता आलेला प्रवासी आहे असे नेहमीच वाटते. ताजमहाल पाहण्याकरिता अमेरिकेतून लोक हिंदुस्थानात येतात. पर्वत, नद्या, धबधबे, शहरे, कारखाने, विविध कलांची सुंदर रूपे इत्यादी गोष्टी पाहण्याकरिता माणसे नित्य धडपडत असतात. यापैकी एक एक वस्तू जर मनुष्याला वेड लावू शकते तर या अगणित सुंदर वस्तूंनी भरलेले जग पाहण्याकरिता जीवाला त्यात यावेसे वाटले तर त्यात नवल ते काय? चर्मचक्षूंचे व अंशत: हृदयाचे समाधान करणारी निर्जीव दृश्ये सोडून दिली तरी जगात पाहण्यासारखे काय थोडे आहे? आपले अंत:चक्षू मात्र उघडे पाहिजेत. शुभ्र संगमरवरी दगडांचा भव्य ताजमहाल आनंददायक तर खराच, पण सुंदर कल्पनांनी नटविलेले रवींद्रांचे काव्यमंदिर त्याहीपेक्षा आनंददायक नाही का? हिमालयाच्या शुभ्र गगनचुंबी शिखरांपेक्षाही महात्माजींनी दीनांच्या परित्राणाकरता पसरलेले पवित्र बाहू अधिक भव्य नाहीत, असे कोण म्हणेल? दरीत उडी घेऊन खदखदा हसणाऱ्या गिरसप्पाच्या धबधब्याचा देखावा अद्‌भुतरम्य यात शंका नाही, पण हसत हसत देशासाठी मृत्यूच्या दरीत उडी घेणाऱ्या तरुणांची मूर्ती त्यापेक्षाही अद्‌भुतरम्य भासत नाही काय?

अंत:चक्षूंच्या उज्ज्वलतेमुळेच मिल्टनला चर्मचक्षूंची उणीव सहन करता आली. ज्याच्या अंतरीचा दिवा मालविला गेला नाही अगर काळजीने मंद झाला नाही त्याचेच जीवन धन्य. दुर्दैवाने आपल्या अंतरीचा दिवा मालविला गेला असेल तो आपण दुसऱ्या दिव्यावर पुन्हा लावून घेतला पाहिजे. अशा रितीने प्रत्येकाच्या अंत:करणातला नंदादीप प्रकाशू लागला तर एकमेकांच्या उरावर बंदुका रोखणारी राष्ट्रे गाढ आलिंगनात निमग्न होतील, जातिजातींच्या संबंधात रक्तपाताऐवजी आनंदाश्रू दिसू लागतील आणि लक्ष्मीपुत्रांच्या घरी कोंडलेली लक्ष्मी गोरगरिबांच्या घरी पायधूळ झाडील. हे सुखस्वप्न कधी खरे होईल? अधू दृष्टीच्या लोकांना चश्म्याने डोळस केले. अधू आणि मंद अंत:चक्षूंना दृष्टिसामर्थ्य देणाऱ्या उपनेत्रांचा शोध कधी लागेल?

■

उपमा

मला हसू आवरेना.

जवळच वाचत पडलेले सर्व स्नेही माझ्याकडे टकमक पाहू लागले. प्रो. मधुकर आणि देवमास्तर यांच्या मुद्रांवरून तर मला वेड लागल्याचा त्यांना संशय आला असावा असे दिसत होते. "काय, झालं काय असं?" प्रोफेसरसाहेबांनी सुंदर स्त्रीच्या चित्राचे वेष्टण असलेली कादंबरी बोट घालून मिटीत विचारले.

"लठ्ठ होण्याकरिता हसताहेत ते!" देव मास्तर 'स्त्रिया व देवता' हा जाडा प्रबंध बाजूला ठेवीत उद्गारले.

त्यांचे समाधान करण्याकरिता मी सांगितले, "काही नाही, विनोदलहरी वाचीत होतो या."

"त्या लहरींचा प्रतिध्वनी झाला वाटतं हा? डोंगरात चांगलाच घुमला म्हणायचा?" कुणीतरी टोमणा मारला.

मी कैफियती देऊ लागलो, "स्त्रियांविषयी मोठं गमतीचं..."

प्रोफेसर मधुकरांची चर्या भिल्लिणीचं नृत्य पाहण्यात गुंग होऊन गेलेल्या शंकरासारखी झाली. पण देव मास्तरांनी मात्र प्रलयकालचा रुद्रावतार धारण केला.

मास्तर म्हणाले, "स्त्रियांविषयी गंमत? असेल झालं काही तरी चहाटळपणा?"

प्रोफेसर उद्गारले, "अहो, ऐकू द्या तरी आधी! मास्तर, कुणाचा तरी रसिकपणा

थोडासा उसना घ्या बोवा जरा! व्याज म्हणून ते 'स्त्रिया व देवता' हे बाड द्यावं लागलं तरी हरकत नाही.''

प्रोफेसर-मास्तरांची अलंकारिक कुस्ती सुरू होऊ नये म्हणून मी वाचू लागलो.

''एका विनोदी पुस्तकात एक चुटका दिला आहे. कोणी विचारले, 'घड्याळात आणि स्त्रियांत फरक काय?' त्यावर समस्यापूरण करणारा कोटिबाज उत्तर करतो की, 'घड्याळाकडे पाहिले म्हणजे किती काळ गमावला याचा आपणास उमज पडतो. उलट स्त्रियांच्या तोंडाकडे पाहिले म्हणजे आपले काळाचे भान नाहीसे होते.''

''अं! यात काय आहे एवढं हसण्यासारखं?'' प्रोफेसरसाहेबांनी टीका केली. त्यांची मोठीच निराशा झाली होती. स्त्रियांविषयीची गंमत म्हटल्यावर काहीतरी नाजूक साजूक ऐकायला मिळणार अशी त्यांची कल्पना झाली असावी. कथानायिकेचा पदर स्कंधाशी किती अंशाचा कोन करून पाठीवरून रुळत होता, तिच्या ब्लाऊजचे कापड विलायतेतील कोणत्या शहरात तयार झाले होते, तिने अंगाला आळेपिळे देताना केलेला आविर्भाव नायकाला किती मोहक वाटला, 'इश्श' म्हणताना तिच्या गालावर जो रंग खुलला तो तिच्या मूळच्या रंगाशी (की पावडरशी?) किती सुसंगत होता, इत्यादी गोष्टी वाचण्यात ते नेहमी तल्लीन होत. रक्ताची चटक लागलेल्या असल्या वाघाला हे साधे पाणी आवडावे कसे? देव मास्तरांची मात्र कळी उमलली. ते म्हणाले, ''छान वाक्य आहे शेवटचे. स्त्रियांच्या तोंडाकडे पाहिलं म्हणजे आपलं काळाचं भान नाहीसं होतं.''

''की मूर्तिमंत काळ पुढे उभा राहिलासा वाटतो?'' प्रोफेसरांनी खोचक स्वरात प्रश्न केला. देव मास्तरांची बायको दहा जणींसारखी - म्हणजे काळी - होती. प्रोफेसरांचा रोख होता त्या गोष्टीवर.

मी मध्येच म्हणालो, ''या चुटक्यापेक्षाही मला हसू आले ते दुसऱ्याच गोष्टीचं! म्हणे 'घड्याळात आणि स्त्रियांत फरक काय!' मी म्हणतो, काहीच नाही.''

देव राक्षसाचा अवतार धारण करून ओरडले, ''स्त्रियांत आणि घड्याळात काहीच फरक नाही? वा! घड्याळ म्हणजे निर्जीव वस्तू. तुम्ही हिंदू लोक स्त्रियांना खेळण्याप्रमाणं वागविता ते वागविता आणि पुन्हा निर्लज्जपणानं 'स्त्रियांत आणि घड्याळात काहीच फरक नाही.' असं म्हणता?''

प्रोफेसरसाहेब मात्र, वर देण्याकरता प्रकट झालेल्या देवासारखे दिसत होते. ते उद्गारले, ''बरोबर बोललात तुम्ही भाऊराव! स्त्रिया म्हणजे घड्याळंच. घड्याळाची काच स्त्रियांच्या गौरवर्णाइतकीच मोहक असते. घड्याळाप्रमाणं स्त्रियांचीही सारी मदार हातांवरच असत नाही का?''

मी म्हणालो, ''एकाची टिकटिक आणि दुसऱ्याची कटकट अखंड चालू असते. दोन्ही दुसऱ्याचे बारा वाजविण्यात पटाईत असतात.''

देवांनी मध्येत तोंड घातले, "छट्! घड्याळांची यंत्रं आणि स्त्रियांच्या हृदयातील भावना कुणालाच दिसत नाहीत!"

प्रोफेसर ओरडले, "प्रेम हीच स्त्रियांच्या आयुष्याची स्प्रिंग."

तुलनेच्या या साथीने मलाही पुरे पछाडले. मी म्हणालो, "दोन घड्याळं घ्या, अगर स्त्रिया घ्या. त्यांचं कधीही पटायचं नाही."

या कोटीने देव मास्तरांना किंचित हसू आले. पण त्यांचे स्त्रीदाक्षिण्य लगेच जागृत होऊन ते म्हणाले, "वा! बायका म्हणजे तलवारी वाटतं अगदी? एका म्यानात दोन कधीच राहायच्या नाहीत!"

"पाहिलंत-" पत्त्यांच्या डावात इष्ट पान हाती आले म्हणजे जो आनंद होतो तो दर्शवीत मी उद्गारलो, "स्त्रियांना मी घड्याळाची उपमा दिली म्हणून रागवलात तुम्ही माझ्यावर? पण तुम्ही तर त्यांची तलवारीशी तुलना केलीत! उपमा ही अशी आहे बरं! 'व्यापुनि विश्वा दशांगुली उरली!" बोलण्यात सापडल्यामुळे देवांचा पारा किंचित उतरला. समेटाच्या स्वरात ते म्हणाले, "उपमेशिवाय जग चालत नाही असे घटकाभर मानू या हवं तर. म्हणून काय तोंडाला येईल ती उपमा द्यायची! मी जर म्हटलं जग एक फुटबॉल आहे -"

"आहेच की" प्रोफेसर ओरडले, "हवा काढून बघा की क्षणात गठडी वळेल दोघांची!"

देवांची स्फूर्ती रागाने अधिकच भडकली. ते बोलते झाले. "प्रोफेसर म्हणजे फुंकणी! आरपार पोकळ नुसती."

खेळाडू प्रोफेसरसाहेब उत्तरले, "पण भात शिजवायला उपयोग होतो फुंकणीचा!"

देवांनी त्यांच्याकडे दुर्लक्ष करून आपले व्याख्यान सुरू केलं. "स्त्रियांना घड्याळं म्हणणं म्हणजे त्यांचा उपमर्द करण्यासारखं नाही का? घड्याळात गजराची, मनगटावर बांधायची, साखळीला लावून खिशात ठेवायची, इमारतीवर लावायची, असे हजारो प्रकार असतात."

माझ्या कल्पनाशक्तीला पंख फुटू लागले. मी म्हटले, "बायकांतही तसले हजारो प्रकार असतात! माझी काकी होती एक कोकणात, अगदी अस्सल गजराचे घड्याळ! पहाटे उठून ती भूपाळ्या म्हणू लागली की आमचा सबंध वाडा जागा होई. मनगटावरचे घड्याळ म्हणजे हल्लीच्या काही काही पोरी! नवऱ्यापासून हातभरदेखील दूर व्हायला तयार नाहीत. अस्सं त्याचं मनगट घट्ट धरून ठेवतात की त्याच्या हातून घड्याळ पाहण्यापलीकडे दुसरं काही होणंच शक्य नाही. रूप नाजूक पण किंमत भारी! साखळीला लावून खिशात ठेवायची घड्याळं म्हणजे सिंधू छापाच्या आर्य पतिव्रता. प्रसंगी बुरख्यातसुद्धा राहावे लागते अशा घड्याळांना! जुन्या पद्धतीचे लोक व्यवहारापुरतेच जसे आपल्या बायकांशी बोलतात, त्याप्रमाणे वेळ पाहायचा

असला तरच मालक या घड्याळाचं तोंड पाहतो. या पुढची पायरी म्हणजे इमारतीवर लावायची घड्याळं- या देवता-झाशीची लक्ष्मीबाई आणि इंदूरची अहल्याबाई, शिवाजीची आई जिजाबाई आणि—''

प्रोफेसर कुठल्याशा वर्तमानपत्राचा अंक दाखवित मध्येच म्हणाले, ''ही पाहा आणखी एक उपमा. स्त्रिया म्हणजे वर्तमानपत्रं!''

''दैनिक की साप्ताहिक?'' देवांनी चिडून विचारले.

''दैनिकच, पण दिवसातून तीन वेळा आवृत्ती निघणारी. सकाळचं रूप निराळं, दुपारचं रूप निराळं—''

''तोंडाला येईल ती उपमा दिली म्हणजे झालं वाटतं? काही साम्य असायला नको त्या दोन गोष्टींत?''

मी म्हणालो, ''पाच मिनिटं देतो मी तुम्हाला. ज्यात बिलकूल साम्य नाही अशा दोन गोष्टी सांगा मला. त्यातल्या एकीची उपमा दुसरीला देता येते हे मी सिद्ध करून दाखवितो.''

देव मास्तर विचारमग्न झाले. वादाच्या भरात मी भलतेच आव्हान देऊन चुकलो असे माझ्याही मनात आले. वाटेल त्या गोष्टीत काही ना काही साम्य दाखविणे इतके सोपे आहे का? घड्याळे आणि स्त्रिया यांच्याविषयीच्या त्या चुटक्यापासून वाहत वाहत आपण किती दूर आलो! उपमा ही काही देवता नव्हे. नुसती अप्सरा, तिच्या रूपाला भुलून मनुष्य मार्गभ्रष्ट होतो यात संशय नाही. वाटेल त्या दोन गोष्टींत साम्य दाखवायचे कसे! दोन ध्रुवांचेच पाहा! केवढे अंतर असते त्यांच्यात ते! हा विचार मनात येताच कल्पना गुणगुणली, 'पण त्यांच्यात साम्यही फार असते. भूगोल काढून पाहा जरा.'

खरंच, उपमा ही देवता की अप्सरा? कालिदासापासून टागोरांपर्यंत सर्वांची तिच्यावर इतकी भक्ती का असावी? वल्कल नेसलेल्या शकुंतलेची काल्पनिक मूर्ती पाहून कालिदासाला शेवाळ्याने वेष्टिलेल्या कमळाची आठवण होते. जगाकडे दृष्टी जाताच शेक्सपिअर म्हणतो 'ही एक रंगभूमी आहे.' टागोर उद्‌गार काढतात, 'युगं फुलांप्रमाणे उमलतात आणि कोमेजून जातात.' सगळे उपमेचे भक्त! कवी सोडून विनोदी लेखकांकडे वळले तरी हाच अनुभव. ऑस्कर वाइल्ड एक नाटकात आस्ट्रेलियाचे वर्णन करताना म्हणतो, 'What a curious shape it is! Just like a large packing- case' (किती विलक्षण आकार आहे या देशाचा! जणू काही मोठी सामानाची पेटीच!) कोल्हटकरांचा तर्ककर्कश प्रतोद सरोजिनीच्या सौंदर्यासंबंधाने बोलतानासुद्धा उपमेचाच अवलंब करतो. 'कवी मुखाला चंद्राची उपमा देतात. मी त्याच्यात थोडीशी सुधारणा सुचवितो. एखाद्या सुंदरीचे मुख चंद्राप्रमाणे आहे असं न म्हणता ते गणेशचतुर्थीच्या चंद्राप्रमाणे आहे असं म्हणावं.'

मनुष्याच्या प्रतिभेवर उपमेचा एवढा जबरदस्त पगडा का असावा? उपमा साम्य शोधीत जाते म्हणूनच का? तत्त्वज्ञानाच्या हिमगिरींचे शिखर गाठणारे लोक म्हणतात 'सर्वांभूती तूच आहेस.' उपमाही सुंदर रितीने हाच उपदेश करीत नाही काय? जगातल्या विषमतेच्या कात्रीचे एक पाते निसर्ग आणि दुसरे पाते समाज आहे. या पात्यात सापडलेला मनुष्याचा आत्मा नेहमी साम्याच्या शोधात असतो. रखरखीत उन्हात अनवाणी चालणाऱ्या मनुष्याला गार वाऱ्याची झुळूक किंबहुना झऱ्याची झुळझुळ सुद्धा आनंद देऊ शकते. ऐक्याच्या आनंदासाठी आसावलेल्या मानवी आत्म्याला उपमा अजाणता हेच समाधान देत नाही का? उंच डोंगर आणि खोल दरी यांच्यातील अंतर दूर करण्याकरता मानवी मन म्हणते, 'ही दरी हे वनश्रीचे भांडार आहे आणि हा पर्वत म्हणजे या भांडारावर खडा पहारा करणारा शिपाईच नाही का?' आकाशातल्या तारा मृत्युलोकाला लाभणे शक्य नाही म्हणून सुंदर युवतींच्या अगर गोंडस बालकांच्या डोळ्यात आपण त्याची स्थापना करतो. तरुणाचा मोहक रंग पाहून त्याला स्पर्श करण्याची अनिवार इच्छा मनाला होते. पण ते शक्य कुठे आहे? म्हणून कविमन प्रियकरणीच्या गालावर त्याच्या छटा पाहते आणि त्यात रंगून जाते. राजा आणि रंक यांच्यात व्यवहाराच्या दृष्टीने काय साम्य आहे? पण गुरे वळणाऱ्या गुराख्याच्या अगर नांगर हाकणाऱ्या शेतकऱ्याच्या तोंडात 'मी राजा आहे' अशा अर्थाचे गाणे कवी जेव्हा घालतो, तेव्हा त्याच्या या कल्पनाविलासाचे आपण सहृदयतेने कौतुकच करीत नाही का? या दृष्टीनं उपमेला उपमा द्यायची म्हटली तर ती आकाश आणि पृथ्वी यांना जोडणाऱ्या क्षितिजाचीच द्यावी लागेल. क्षितिज काल्पनिक असते, पण तिथेच उषा आणि संध्या दररोज आपला भातुकलीचा खेळ खेळतात आणि आकाश-पृथ्वी हातात हात घालून नित्य नाचत असतात.

उपमा ही साम्यवादाची देवताच आहे हा विचार माझ्या मनात अशा रितीने आला न आला तोच देव विजयी स्वराने ओरडले, "हं घ्या या दोन गोष्टी! पुरुष आणि स्त्री. एकाची उपमा दुसऱ्याला कशी देता येते ते पाहू या!"

"त्यात काय अवघड आहे? पुरुषाला स्त्रीची आणि स्त्रीला पुरुषाची उपमा द्यायची!"

"अहो, पण साम्य काय आहे या दोन्हींत!"

"साम्य? हृदयाचं साम्य."

स्त्रीला देवता मानणारे देव पुढे काहीच बोलले नाहीत. स्त्रीला सुंदर खेळणे समजणारे प्रोफेसरही मुके झाले.

माझ्या उपमेत सौंदर्य नसले तरी सत्य खास होते!

■

उंबरातील किडे

मोटारस्टँडवर मी आलो. खिसे चाचपून पाहिले आणि एकदम चमकलो. एखाद्या लघुकथालेखकाची दृष्टी जर त्या वेळी माझ्याकडे गेली असती तर मी 'पैशाचे पाकीट' घरी विसरून आलो आहे, अशीच त्याची समजूत झाली असती. पण समजूत मिळाल्यानंतर गप्प बसायला कथालेखक हे काही लहान पोर अगर पोलिसांना भिणारा बावळट खेडवळ नव्हे. असली समजूत म्हणजे त्याच्या धुंद कल्पनाशक्तीला मिळणारी मादक दारूच! त्या कथालेखकाने या प्रसंगावर अशी फक्कड गोष्ट लिहिली असती- त्या गोष्टींत मी नायक झालो असतो. त्याच मोटारीने प्रवास करण्याकरिता एखादी सुंदर तरुणी (हिचे वर्णन कुठल्याही १९३३-३४ च्या कादंबरीत अगर लघुकथेत मिळेल) तिथे आली असती. ती मीनाक्षी-ती हरिणाक्षी- माझ्या कपाळावरील आठ्यांचे जाळे पाहून भ्याली असती काय? छे! उलट 'डोळे हे जुलमी गडे' हे गाणेच आपण म्हणत आहोत, असे दृष्टीने दर्शवीत तिने माझ्याकडे पाहिले असते. तिला उभे राहावे लागत आहे असे पाहून मी 'दे हाता या शरणागता' या पदाचा अभिनय करीत माझी खुर्ची पुढे केली असती. मग काय! परिचय-स्नेह-प्रेम-लग्न! अवघी चार मजली इमारत! व्यवहारात पायांनी चढावी लागते म्हणून चौथा मजला गाठताना नाकी नऊ येतात. पण प्रतिभेच्या विजेच्या पाळण्यात बसल्यावर पोटातले पाणीसुद्धा न हालता नायक-नायिका चौथ्या मजल्यावर

(म्हणजे स्वर्गातच) क्षणार्धात जातात.

मी तिला खुर्ची दिली असल्यामुळे (इतका वेळ मी सनातनी मनुष्याप्रमाणे 'ती' 'ती' म्हणत आहे. पण या सर्वनामाचे विशेषनामात रूपांतर होणार केव्हा? तिचे नाव त्या भाग्यशाली कथालेखकालाच काय ते ठाऊक असायचे. पूर्वी नवराबायको एकमेकांना नावाने का हात मारीत नसत, हे अशा वेळीच कळते.) तीच दोघांची तिकिटे काढते. मग मी पाकीट विसरल्याचे रहस्य तिला सांगतो. ती खूप हसते.

"हे पैसे वसूल करून घेतल्याशिवाय राहणार नाही मी." ती थट्टेने म्हणते. 'दोन हजार हुंडा द्यावयाचा तो एक हजार नऊशे नव्याण्णव रुपये आठ आणेच मिळेल.' असे मी मनात म्हणतो. पुढे पुढे मोटारीच्या टपाचे बोहले, टायरांच्या माळा व उतारूंचे उपाध्याय बनतात असे म्हटले तरी चालेल. कारण लवकरच माझे त्या तरुण सुंदरीशी लग्न होते. लग्नाच्या वेळी प्रो. पटवर्धनांचा पट्टशिष्य असलेला माझा एक मित्र हळूच कानात म्हणतो, "चामचंची हरवली म्हणून..."

"ही सजीव चामचंची सापडली, असंच ना?" मी विचारतो. ती माझ्याकडे डोळे वटारून पाहते, मी उत्तरतो, "रागवायला काय झालं? गृहलक्ष्मी ही चामचंचीच नाही का? दोघींचाही पैशांशीच निकटचा संबंध!"

हो, पण ही सारी मला खिसे चाचपताना पाहणाऱ्या कथालेखकाच्या कल्पनासृष्टीतली गोष्ट! वस्तुस्थिती थोडीशी निराळी होती. मी खिसे चाचपून पाहिले ते पैशाच्या पाकिटाकरता नव्हे, तर पुस्तकाकरता! प्रवासाला जायचे म्हटले की एखादे पुस्तक बरोबर घ्यायचे हा माझा ठरलेला नियम! नाही तर वेळ कसा घालवायचा? आमच्या मोटारी इतक्या नियमितपणे सुटतात की रावसाहेब मंडलीक या काळात असते तर त्यांनी आपले घड्याळ मोटारीच्या इंजिनावर फोडूनच टाकले असते! ठरलेल्या वेळी सुटणारी मोटार ही शिकवणी न करणारा शिक्षक, इंजेक्शन न देणारा डॉक्टर, पुढील तारीख न मागणारा वकील, कादंबरी न वाचणारी कुमारिका, लघुकथा न लिहिणारा कॉलेजचा विद्यार्थी यांच्या मालिकेतली अगदी दुर्मीळ चीज आहे. माझ्या एका मित्राने एकदा सातला सुटणारी मोटार बरोबर सातला सुटल्याचे सांगताच मला इतके आश्चर्य वाटले की बोलून सोय नाही. मी ठासून (प्रिय वाचक, क्रियापद अकर्मक आहे हं) म्हटले -

"अरे, तुझं घड्याळ बंद पडलं असेल."

"शंभर वेळा कानाला लावून पाहिले मी ते अगदी! बरोबर चालत होतं."

"मोटार बरोबर सातला सुटली म्हणतोस?"

"बरोबर सात. एक मिनिट मागे नाही की पुढे नाही."

पूर्वेचा सूर्य पश्चिमेला उगवेल, पण मोटार कधीच वेळेवर सुटणार नाही ही माझी खात्री होती. मी म्हटले, "घड्याळावर नाही माझा विश्वास! सूर्य हेच जगाचे

घड्याळ! मोटार सुटली तेव्हा उगवला होता का तो?''

''हो, मात्र थोड्या निराळ्या जागी!''

''म्हणजे पश्चिमेला की काय?''

''अरे गृहस्था, सकाळी साताला सुटायची मोटार संध्याकाळी साताला सुटली!''

'एक पौंड मांस' या शब्दात शॉयलॉकला पकडणाऱ्या पोर्शियेवर नाटक लिहायला शेक्सपिअरसारखा महाकवीच लागला. 'मोटार बरोबर सातला सुटेल' या शब्दात उतारूंना पकडणाऱ्या मोटारवाल्यावर नाटक लिहायला तेवढ्याच प्रतिभेचा लेखक पाहिजे. म्हणून स्फूर्ती झाली असतानाही मोटारवाल्यावर मी माझी लेखणी चालविली नाही.

असल्या अनुभवाने शहाणा होऊनच मी कुठेही जायचे असले तरी पुस्तक बरोबर घेई. एरवीचा मित्र घेतला तर त्याचे भाडे भरायची पाळी यायची! शिवाय जळी, स्थळी, काष्ठी, पाषाणी, पुस्तके वाचणाऱ्या मनुष्याकडे लोक आदराने पाहतात, नाही का? पण आज पुस्तक बरोबर न आणण्याची अक्षम्य चूक माझ्या हातून झाली आणि खिसे चाचपून पुस्तक नाही अशी खात्री होताच माझी जी मन:स्थिती झाली तिची कल्पना फक्त सुवासिनीलाच येऊ शकेल. वाटेल त्या नव्हे! तर हात गळ्याकडे जाताच तिथे मंगळसूत्र नाही असे आढळून येणाऱ्या सवाष्णीलाच!

स्टँडवर मी शून्य दृष्टीने इकडे तिकडे पाहात बसलो. दरिद्री बाप उपवर मुलीला 'यंदा करायचंच तुझं लग्न' असा धीर ज्याप्रमाणे देतो त्याप्रमाणे 'सोडू या आता मोटार' असे आश्वासन मोटारचे मालक आम्हास देत होते. पण त्यांच्या 'आता' या शब्दाचा अर्थ ब्रह्मदेवाच्या कोशातला असावा. कंटाळून मी हातरुमालाने दोन-तीन वेळा तोंड पुसले, हातावरली भाग्यरेषा अधिक उजळतेय की काय याचेही निरीक्षण केले, स्निग्ध जन भागीदार असले तर दु:ख कमी होते म्हणून, 'स्निग्ध जन' शोधण्याचा प्रयत्न केला. पण छे! पुस्तक विसरण्याची चूक खडतर ग्रहयोगामुळेच झाली होती. मी स्टँडवरून उठून चार पावले पलीकडे गेलो.

नरक आणि स्वर्ग एकमेकाला चिकटून असतात ही कल्पना त्या वेळी मला पटली. पलीकडेच माडांची सुंदर बाग सूर्याच्या किरणात चमकत होती. न लागणाऱ्या लहान माडांची चुडते खाऊकरता लहान मुलांनी पुढे केलेल्या हातासारखी दिसत होती. उलट मोठ्या माडांची चुडते बालकांना खाऊ देणाऱ्या माऊलीच्या हाताप्रमाणे खाली वाकलेली वाटत होती. माडांना कल्पवृक्ष म्हणतात. त्या राईकडे पाहता मला वाटले- ती विचारीत आहे, 'अनंत हस्ते कमलावराने। देता किती घेशिल दो कराने।।'

माडांच्या हिरव्यागार पानावर चमकणाऱ्या सूर्यकिरणांचा नाच पाहता पाहता मी स्वत:ला विसरून गेलो. वर सौम्य निळे आकाश आणि खाली हिरवेगार माड. किती सुंदर चित्र! जणू काही आनंदाचा अखंड झराच! माझा मलाच राग आला.

शेकडो वेळा या स्टँडवर मला तिष्ठत राहावे लागले असेल. पण दरवेळी पुस्तक उघडून वाचीत बसायचे हा माझा ठरलेला कार्यक्रम. त्यामुळे इतक्या जवळ असलेले सृष्टिसौंदर्य आजपर्यंत मला पारखे झाले होते. आपण बरे की आपले पुस्तक बरे ही माझी नेहमीची वृत्ती. पण त्या वेळी मला वाटले पुस्तक जेवढा आनंद देते त्याच्या दसपट आनंद हिरावून नेते. पुस्तकातला किडा म्हणवून घेण्यात मला आतापर्यंत एक प्रकारचा अभिमान वाटत असे. पुस्तकी किडा म्हणजे तुतीची पाने खाऊन रेशीम देणारा किडा अशी माझी ठाम समजूत होती. पण पुस्तकांच्या नादाने आतापर्यंतच्या किती प्रकारच्या खऱ्याखुऱ्या आनंदाला मी मुकलो असेन याची कल्पना येऊन मला वाटले- पुस्तकी किडा म्हणजे उंबरातला किडा नुसता!

पुस्तके आणि उंबरे- माझ्या लहानपणीची मला आठवण झाली. गणपतीच्या देवळात एक उंबराचे झाड होते. खूप उंबरे पडत त्याच्याखाली. ती सपाटून खाल्ली की एके दिवशी! आई मला म्हणाली, "अरे किडे असतात त्या उंबरात!"

दुसरे दिवशी जाऊन मी एक उंबर फोडून पाहिले. त्यातले ते वळवळणारे इवलाले किडे, त्यानंतर मी पुन्हा कधीही उंबर खाल्ले नाही.

मोटारीत बसल्यानंतर नेहमीप्रमाणे वाचलेल्या भागांचे चिंतन करण्याची सोयच नव्हती. सहजच भोवताली घडणाऱ्या लहानसहान गोष्टींकडे माझे लक्ष गेले. वाटेत एक सुंदर बाई मोटारीत चढली. थोड्याच वेळात फ्रंटसीटवर बसलेल्या एका चाळीस वर्षांच्या गृहस्थाला मोटार लागू लागली. वास्तविक मागे बसलेल्यांना मोटार लागायची. पण त्या सुंदर चेहऱ्याच्या तरुणीचा पायगुणच वाईट. मोटारचा पुढचाच भाग जास्ती हलू लागला त्या वेळी. मग तो फ्रंटसीटवाला तरी काय करणार? नाइलाजाने मागच्या बाजूला येऊन त्या बाईच्या तोंडाकडे पाहात बसला.

एक आणि दोन! मनुष्यस्वभावाचे अनेक मासले त्या छोट्या प्रवासात माझ्या दृष्टीला पडले. वाटेत खाडी होती. आमच्या मोटारीतल्या एका उतारूने फणस आणले होते बरोबर. होडीवाल्याने ते पलीकडे नेले, पण तो त्याबद्दल मजुरी मागू लागला. उतारूमहात्म्यांनी ते 'क्ष'चे असून 'ज्ञ'कडे जायचे आहेत म्हणून सांगितले. क्ष हा आमच्या गावातील एक लफंग्या व घालमेल्या मनुष्य असून ज्ञ हे हातमोजे घालून लाच घेणारे एक अधिकारी आहेत हे मला ठाऊक होते. अर्थात हे फणस कोणत्या कामगिरीवर निघाले आहेत हे ताबडतोब माझ्या लक्षात आले. मी कवी असतो तर 'पनसदूता'ची स्फूर्ती झाली असती मला पण सर्वांत मोठी गंमत होती ती याच्या पुढलीच. हे फणस आणणारा उतारू व 'क्ष', गावात अगदी गळ्यात गळा घालून फिरत! पण होडीवाल्याने मजुरी मागताच उतारू मजकूर म्हणाले, "मी नाही ती देणार! मालकाकडून घे तू खुशाल."

त्या दिवशी संध्याकाळी घरी परत येताना एकसारखे माझ्या मनात येत होते

- आज आपण पुस्तक बरोबर घ्यायचे विसरलो हे फार चांगले झाले. त्यामुळे उंबरातल्या किड्याला बाहेरची दृष्टी मिळाली. लहानपणी उंबरे खायची त्याप्रमाणे पुस्तके वाचायची हे ठीक आहे. पण मोठेपणी! पुस्तकांच्या वाचनाने मनाचा विकास होतो म्हणतात. हा सिध्दांत नियम नसून अपवाद असावा अशी माझी खात्री झाली. आधले दिवशी महात्मा गांधींचा ब्रह्मचर्यावरील लेख व एका प्रसिद्ध लेखकाचा मित्रावरील निबंध मी वाचला होता व जग असेच असते अशी मी माझी कल्पनाही करून घेतली होती. ब्रह्मचर्याने संततिनियमन करता येईल असे गांधीजींचे म्हणणे! पण मोटारीतील फ्रंटसीटनिवासी एका सुंदर बाईचा चेहरा पाच मिनिटे पाहावयाला मिळावा म्हणून लाजलज्जा सोडून मागे येऊन बसला. 'मित्रा'वरील निबंधात 'सूर्याचा प्रतिशब्द मित्र हाच आहे. याचा अर्थ मित्राचे दोन हात आपणाला सहस्रकरांइतके साहाय्य करतात असाच होत नाही काय?' असा लेखकाने प्रश्न केला होता. हे वाक्य चटकदार म्हणून मी लक्षातही ठेवले होते. पण तरी वर फणसाच्या ओझ्याचे दोन पैसे न देणारा तो मित्र पाहिल्यानंतर त्या प्रश्नाचे उत्तर काय द्यायचे?

पुस्तके ही नुसती उंबरे आहेत अशी माझी त्या दिवशी खात्रीच झाली. पण नुसती पुस्तकेच काय? व्यक्तित्व, धंदा, कुटुंब, गाव, देश, धर्म हीसुद्धा लहानमोठी उंबरेच नाहीत काय? ती तशी नसती तर वर्षाला पाच हजारांचे उत्पन्न असलेले लोक भूकंप निवारणाला एक रुपया काढून देऊन मदत मागायला आलेल्या लोकांपाशी सध्याच्या हलाखीचे रडगाणे गात कशाला बसले असते? हिंदु-मुसलमानांनी एकमेकांची टाळकी फोडण्यात आनंद कशाला मानला असता? सारे उंबरातले किडे! मोठ्या डब्यात लहान डबा अशी डब्यांची रचना असते. त्याप्रमाणे मोठ्या उंबरात लहान उंबर, त्या लहान उंबरात तिच्याहूनही लहान उंबर अशी आजच्या जगाची स्थिती आहे. या उंबरातल्या किड्यांनीच जग दु:खमय करून सोडले आहे. ते सुखी होईल, पण केव्हा? साऱ्या उंबरातील किड्यांची फुलपाखरे होतील तेव्हा!

जीवनातच नव्हे तर मरणात सुद्धा ही फुलपाखरांची वृत्तीच सुखावह आहे. उंबर फोडले की, आतील किडा तळमळू लागतो. जग हे उंबर मानून आपण त्यात राहतो म्हणूनच आपल्यापुरते ते फुटू लागले, मरण दिसू लागले की आपली मने भयाने व्याकूळ होऊन जातात. पण जग हे उंबर आहे कुठे? ते एक फूल आहे. मरण म्हणजे तरी काय? फुलपाखराने एक फूल सोडून दुसऱ्या फुलाकडे जायचे! फुलपाखरू अशा वेळी भिते का कधी?

■

स्तुती

'घर पाहावं बांधून आणि लग्न पाहावं करून' ही म्हण आता फार जुनी झाली. लग्न करून पाहण्याचा काळ कधीच मागे पडला. चालू काळ ते पाहून करण्याचा आहे. घरही काही अपवाद नाही या नियमाला. पूर्वी घरे बांधून झाल्यावर ती स्वस्थपणे पाहण्याची सोय असेल कदाचित! पण हल्ली घर बांधून ते पाहायला मिळणे हा कपिलाषष्ठीपेक्षाही दुर्मीळ योग झाला आहे. एकतर अंदाज आणि प्रत्यक्ष खर्च यातील अंतर पाहून बांधणाराचे डोळे पांढरे होतात. दुसरे, घर चांगले दिसावे म्हणून कितीही मोकळ्या जागी बांधले तरी हा हा म्हणता त्याच्याभोवती दुसऱ्या घरांचा कोट तयार होतो. हळदीकुंकवाला जमलेल्या बायकांत स्वत:ची बायको चटकन कुणाला शोधून काढता येते का? अगदी तोच अनुभव येतो स्वत:च्या घराच्या बाबतीत!

अशा स्थितीत 'दान द्यावे झाकून आणि डायरी पाहावी उघडून' ही नवी म्हण अधिक खरी वाटू लागली तर त्यात नवल ते काय? या म्हणीबरहुकूम मी परवा एका मित्राची डायरी चाळीत असताना एक उतारा माझ्या दृष्टीस पडला.

"दिवेलागणीची वेळ झाली तरी शेजारघरी बसायला गेलेल्या माझ्या बायकोचा काही पत्ता लागेना. वाटले उठावे आणि 'दहा रुपये बक्षीस' अशा मथळ्याखाली तिला शोधून देण्याबद्दलची एक जाहिरात केसरीकडे पाठवून द्यावी. कुठल्याशा

सुभाषितात स्त्रीची द्रव्य आणि पुस्तक यांच्याशी तुलना केली आहे ना? अगदी तंतोतंत पटली ती त्या वेळी मला. 'ही अश्शी जाऊन येते हं' म्हणून सांगून सौ. अस्मादिक गेल्या. हातउसने नेलेले पैसे तरी असेच जात नाहीत का? 'उद्या सकाळी आणून देतो' म्हणून गरजू मनुष्य पैसे नेतो. पण त्याचा उद्या उगवतच नाही. एखाद्याने वाचायला पुस्तक नेले आणि ते वेळेवर आणून दिले असे जगात कधी घडले आहे? अशी एखादी विभूती असल्यास तिला तत्त्वज्ञान परिषदेचे अध्यक्षस्थान द्यावे.

काळोख पडू लागला. गृहिणीवाचून घर अरण्याहूनही भयंकर असते, हा अनुभव अशाच वेळी येतो. आपलेच घर खरे, पण खायला येते नुसते. अरण्यात तरी यापेक्षा दुसरे कसले भय असते? आता पत्नी परत आली की तिच्याशी मुळीच बोलायचे नाही असे रागारागाने मी ठरविले. अरण्यात समाधी लावून बसलेल्या ऋषीसारखा मी आरामखुर्चीवर पडून राहिलो.

पावले वाजलेली मी कानांनी ऐकली, पण वळून पाहिले नाही. तसे केले असते तर समाधी एकदम सविकल्प ठरली असती आणि विकल्प म्हटला म्हणजे तो एकंदरीत वाईटच! माझी पत्नी माझ्याजवळ येऊन म्हणाली, "उशीर झाला हं जरासा!"

"जरासा! स्त्रियांच्या कोशात साऱ्या शब्दांचे अर्थ उलट असतात की काय?"

"मी मघाशीच निघाले होते यायला..."

'मधेच धरणीकंप झाला की काय?' हा प्रश्न अगदी जिभेवर आला होता माझ्या! पण हो, समाधिस्थ मनुष्य बोलतो का कधी?

"ताई म्हणाल्या बसा हो घटकाभर. काही रागावणार नाहीत ते तुमच्यावर एवढ्यानं. सारं गाव स्तुती करतं त्यांच्या गरीब स्वभावाची."

कुठली समाधी न् कुठले काय? मी हसत हसत म्हटले, "चालायचंच. टाईमटेबल लावून ओरडत पळणाऱ्या आगगाडीलासुद्धा होतो उशीर. मग माणसाची काय कथा? अन् इथं तरी काय काम होतं? येऊन जाऊन दिवे लावायचे. हात्तिच्या! दिवे लावण्यात बायकांपेक्षा पुरुषच पटाईत असतात अधिक."

ती हसत हसत आत गेली.

मी विचार करू लागलो, 'माझ्या ज्वालामुखीचा असा हिमालय कसा झाला एका क्षणात?"

या प्रश्नाचे उत्तर त्या डायरीत नव्हते. पण देणे कठीण का आहे? एकच वाक्य! 'सारं गाव स्तुती करतं त्यांच्या गरीब स्वभावाची' या चिमुकल्या वाक्याने रागासारख्या बलाढ्य शत्रूला क्षणात हाकलून दिले मनातून. ताईंनी घरोघर जाऊन आपल्या स्वभावाबद्दल मते घेतली होती की काय, तशी घेतली असली तरी

आपली तोंडओळखसुद्धा नसणाऱ्या माणसांनी दिलेल्या मतांची किंमत किती, आपल्याला ओळखणाऱ्यांना तरी आपल्या स्वभावाचा अंत कुठे लागला आहे, अशी एकसुद्धा शंका माझ्या मित्राच्या मनात हे वाक्य बायकोच्या तोंडून ऐकताना आली नाही आणि यावी तरी कशी? अशा शंका आल्या तर स्तुतीचे महात्म्य काय उरले मग?

दुसऱ्यांनी आपल्याला बरे म्हणावे अशी प्रबळ इच्छा प्रत्येकाला असते. इच्छा असली की मार्ग सापडतो ही गोष्ट याही बाबतीत अनुभवाला येते. जगातल्या कितीतरी चांगल्या गोष्टींचा जन्म या इच्छेच्या पोटीच असेल. मला पक्के आठवते, इंग्रजी शाळेत जाईपर्यंत अभ्यासावर लक्षच नव्हते माझे. कसेबसे पास व्हायला मिळाले की झाले समाधान! पुढे माझ्या थोरल्या भावाला कुठली तरी स्कॉलरशिप मिळाली. घरीदारी त्याची स्तुती माझ्या कानावर पडू लागली. माझ्या मनाने उचल खाल्ली आणि पुढच्याच वर्षी मलाही स्कॉलरशिप मिळाली.

लेखक म्हणून प्रसिद्धीला आलेले लोकसुद्धा सांगतील. कीर्तीच्या पर्वताचे शिखर ज्याचे त्यानेच गाठायचे असते हे खरे! पण त्याच्या पायथ्याशी उभ्या असलेल्या मनुष्याला चढण्याचा धीर इतरांकडून मिळत नाही काय? चढणारा अडखळत धडपडत चढत असला, ठेचा लागून त्याचे पाय रक्तबंबाळ होत असले, तरी 'शाबास' असे शब्द त्याच्या कानावर पडत असल्यामुळे त्याला शरीराच्या दुःखाची शुद्धीच राहत नाही. क्रिकेटपटू नायडूंना चार-सहांचे टोले लगावताना पाहण्यात मोठा आनंद आहे. फटके कसले, विजेचे चमकारच ते! पण नायडूंच्या या वीरश्रीच्या खेळाचे थोडे तरी श्रेय सभोवतालच्या हजारो प्रेक्षकांना व त्यांच्या टाळ्यांना नाही का? नट कितीही चांगला असो, रिकाम्या खुर्च्या-बाकापुढे त्याचे काम नेहमीप्रमाणे रंगते का पाहा. माझ्या एका व्याख्यानाचा अनुभव मोठा गमतीचा आहे. व्यासपीठाजवळच्या खुर्च्यांच्या पहिल्या रांगेत एक पोक्त गृहस्थ बसले होते. भाषणाची तयारी अशी काहीच नसल्यामुळे प्रेक्षकांकडे पुनः पुन्हा नाटकी दृष्टीने पाहण्याचा धीर काही त्या दिवशी मला झाला नाही. मी त्या पोक्त गृहस्थाकडे पाहून भाषणाला सुरुवात केली. पहिल्यापासूनच त्यांच्या चेहऱ्यावर मंदस्मित दिसू लागले. माझे भाषण बरे होत आहे असे वाटून मी बोलू लागलो. व्याख्यान संपल्यावर ते सर्वांना नेहमीपेक्षा बरे वाटले असे दिसले. या बरेपणाचे श्रेय त्या पोक्त गृहस्थाच्या पदरात बांधण्याच्या हेतूने 'ते कोण?' म्हणून मी चौकशी केली.

"आहेत एक पेन्शनर."

"मोठे रसिक दिसतात."

"हो, एक अक्षरही ऐकू येत नसताना प्रत्येक व्याख्यानाला हजर असतात ते!"

"पण ते हसत होते की सारखे?"

"ती एक सवय आहे त्यांच्या ओठांना! कुठल्या तरी साहेबाचे हेडक्लार्क होते ते! पेन्शनर झाले. पण हसरा चेहरा ठेवायची सवय काही सुटली नाही अजून!"

मी थोडासा ओशाळलो. पण मनात असाही विचार आला- समुद्रमंथनाच्या वेळी महादेवाने हलाहल प्राशन केले खरे! पण ते केव्हा? सर्व देवांनी त्याची स्तुती केली तेव्हाच की नाही?

स्तुतीचे फायदे उघड उघड दिसण्याजोगे आहेत, पण व्यवहारात पाहावे तर सर्वांनी तिच्यावर बहिष्कार पुकारलेला! माझ्या लहानपणी माझी एक आवडती कविता होती.

स्तुती करावी परमेश्वराची
करू नये व्यर्थ कधी नराची!

हे काव्य आवडण्याचे कारण 'मुंगी'ऐवजी 'पिपीलिका' शब्द न वापरण्याची त्यात घेतलेली दक्षता हे होते, की परमेश्वराच्या कृपेनेच पास होता येते ही त्या वेळची माझी श्रद्धा होती हे सांगणे कठीण आहे. पण त्यातील 'व्यर्थ' शब्द सोडून दिला तर बाकीचा सर्व उपदेश मी बरेच दिवस अमलात आणीत होतो एवढे मात्र खरे! मोठेपणी परमेश्वराविषयी कल्पना स्वाभाविकच बदलतात. लहानपणी छडी मारणाऱ्या मास्तरांचा हात धरण्याकरिता ईश्वर फळ्यातून प्रगट होईल इतका त्याच्यावर विश्वास असतो. पण अकारण रागावलेल्या वरिष्ठांच्या लाथेने तक्तपोशी हादरली तरी त्याचा निद्राभंग होणे शक्य नाही अशी खात्री मोठेपणी पटलेली असते. लहानपण आणि मोठेपण ही दोन्ही नाटकेच खरी! पण पहिले जुन्या पद्धतीचे आणि दुसरे नव्या पद्धतीचे! पहिल्याचे पान ईशस्तुतीवाचून हालायचे नाही. दुसऱ्यात ईशस्तुतीला अंग चोरून उभे राहायला तरी कोण जागा देईल का?

मनुष्याची स्तुती उगीच करू नये, हा या महाकाव्यातील नियम अजूनही मला योग्यच वाटतो. एखाद्या मनुष्याने माझ्या रूपाचे वर्णन करताना, 'काय मदनाचा पुतळा आहे' असे म्हटले तर मदन हा अष्टावक्राचा सख्खा भाऊ नसला तरी त्याच्या दशातलाच कुणीतरी आहे असा लोकांचा ग्रह होईल. मदनाचे विडंबन करण्याकरिता माझी मूर्ती ब्रह्मदेवाने घडविली असावी अशीही एखाद्याच्या मनात कल्पना येईल. अशा स्तुतिपाठकाची 'तूही तुंबरूचा अवतार आहेस' अशी संभावना करणे काही फारसे चुकीचे होणार नाही. प्रसिद्ध लेखकांना दिवाळीच्या वेळी येणारी संपादकांची पत्रे, उपवर वधूंच्या नातेवाइकांकडून केले जाणारे वराचे वर्णन आणि परीक्षांच्या वेळी पालकांचे शिक्षकांशी होणारे आदरयुक्त वर्तन यात स्तुती काय कमी असते? पण मुलामा म्हणजे काही सोने नव्हे.

स्तुती दारूसारखी असते. तिची धुंदी लवकर चढते असे वाटूनच की काय दुसऱ्याच्या गुणांबद्दल त्याला शाबासकी देण्याकडे मनुष्यमात्राचा कमी कल असतो. माझाच अनुभव पाहा. विद्यार्थ्यांच्या चुका दाखविताना मी जितकी कडक भाषा वापरतो तेवढे कोमल शब्द आपले काम उत्तम करणाऱ्या मुलाबद्दल माझ्या तोंडून निघतातच अशी काही खात्री नाही मला. चहा चांगला झाला असला तर मिटक्यांपलीकडे माझ्या तोंडातून कसलाच उद्‌गार निघत नाही, पण साखर थोडी जास्त होऊ द्या, 'सध्या साखर स्वस्त झालेली दिसते फार' या वाक्याचा अहेर घरात झालाच म्हणून समजावा. बिचारा ग्रंथकार मर मर मरून एखादे पुस्तक लिहितो, पण मेलेल्याला मारू नये हा नियम माझ्यासारख्या टीकाकाराला कुठं ठाऊक असतो? पुस्तकावर लिहायला बसले की झाली दोषवर्णनाला सुरुवात! वैद्यकीचे पुस्तक वाचून मनुष्याच्या शरीराच्या सौंदर्याची कल्पना एक वेळ येईल, पण कुठलीही टीका वाचून ग्रंथातले गुण कळतील ही आशाच करायला नको.

स्तुती ही काही दारू नाही, ते शक्तिवर्धक औषध आहे असे असून तिची निपज फार कमी प्रमाणात होते यात शंका नाही. सीतेच्या पातिव्रत्याविषयी शंका घेणाऱ्या परटाला तिचे अग्निदिव्यसुद्धा दिसले नाही. मग ती पतीबरोबर वनात गेली या गोष्टीची कदर तो करतो कशाला? 'निंदकाचे घर असावे शेजारी' असे म्हणणाऱ्या तुकोबांना या परटाची आठवण राहिली नसावी. अयोध्येत रामाच्या राजवाड्याला लागून या धोब्याचे घर असेल असे काही वाटत नाही. पण दूर राहूनही त्याने एका वाक्याने रामचरित्राला विलक्षण वळण लावले की नाही? त्याची पुण्यतिथी महाराष्ट्रात अजून कशी साजरी होत नाही याचेच मला आश्चर्य वाटते.

कुणीसे वर्णन केले आहे - 'मनुष्याचं मन म्हणजे राजा आहे एक. या राजाला अर्थातच दोन राण्या- आवडती निंदा आणि नावडती स्तुती.' राजे लोकांचे इतर अधिकारी सध्याच्या काळात संपुष्टात येऊ लागले आहेत. अशा वेळी मनाला तरी या दोन बायका करून कसे चालेल? कुणातरी एकीला त्याने सोडचिठ्ठी दिली पाहिजे खरी! पण ती कुणाला? माझा मोफत सल्ला असा आहे की, आवडत्या निंदेला टाकून नावडत्या स्तुतीबरोबरच त्याने संसार करावा. त्याची कल्पना नाही इतका सुखाचा होईल तो!

कारण, स्तुती म्हणजे काव्याचे मोहिनी-रूपच नाही काय?

ते दूध तुझ्या त्या घटातले
का अधिक गोड लागे न कळे।।धृ।।
साईहुनि मऊमऊ बोटे ती

झुरुमुरु झुरुमुरु धार काढिती
रुणुझुणु कंकण करिती गीती
का गान मनातिल त्यात मिळे।।
अंधुक श्यामलवेळ, टेकडी
झरा, शेत, त्यामध्ये झोपडी
त्यांची देवी धारहि काढी
का स्वप्नभूमि बिंबुनी मिसळे।।

या तांब्यांच्या गोड ओळीच पाहा- दूध म्हणजे दूध, साखर घातल्याशिवाय ते अधिक गोड होणे शक्यच नाही. त्यात अमके अमके व्हिटॅमिन्स असतात, म्हशीपेक्षा गाईचे दूध बरे- कारण गोरक्षणाचे प्रचारक सांगतात - असल्या कल्पनांना थारा देणाऱ्या मनाला या काव्याची माधुरी कधी तरी कळणे शक्य आहे काय?

खऱ्या स्तुतीचीही गोष्ट अशीच आहे. तिला झिडकारणाऱ्या मनाला मी म्हणेन, 'बाबा रे, ती काव्य व प्रेम यांची मधली बहीण आहे. बहिणीचा अपमान करणाऱ्यामाणसाचे तोंड तिचे भाऊ जन्मात पाहणार नाहीत हे लक्षात ठेव.'

■

आरसा

धर्मराजाने शौर्याने नसले तरी शहाणपणाने आपल्या भावांचे प्राण वाचविल्याची महाभारतात एक कथा आहे. तहानेने व्याकूळ झालेल्या भीमार्जुनांची शस्त्रे ज्याच्यापुढे लुळी पडली, त्या अदृश्य यक्षावर धर्मराजाने आपल्या विद्वत्तेने विजय मिळविला. यक्षाने आपल्या मताने मोठमोठे बिकट प्रश्न धर्माला केले, पण अंधार कितीही दाट असला तरी सूर्यकिरण जसा त्यातून आपला मार्ग काढतो, त्याचप्रमाणे धर्माने पाते लवते न लवते तोच ते सोडवून टाकले. या यक्षकथेचा अर्थ काहीही असो, तिच्यावरून धर्माच्या ज्ञानापेक्षा यक्षाचे अज्ञानच जास्ती दिसून येते. उत्तरे देणाराला अडवील असा एकही प्रश्न बिचाऱ्याला काढता आला नाही. सध्याच्या काळी मॅट्रिकचा सोडाच, पण व्हर्नाक्युलर फायनलचासुद्धा परीक्षक होणे त्याला शक्य झाले नसते. बिचारा कुबेराच्या अलका नगरीतील पाठशाळेत काय शिकला होता कुणाला ठाऊक? कुबेर हा धनाधिपती असल्यामुळे जमाखर्च हाच त्या शाळेतील मुख्य विषय असण्याचा संभव आहे. व्यापारी मनुष्याने विद्वानांशी वादविवाद करणे हा काही झाले तरी अव्यापारेषु व्यापारच! हेन्री फोर्डला व्यापारी दृष्टीने जग कसे काबीज करायचे हे सर्वांपेक्षा अधिक कळत असेल पण एखाद्या सामाजिक प्रश्नावर तो बर्नार्ड शॉशी वादविवाद करू लागला तर त्यात त्याचा पराभव होईल हे सांगण्याची जरुरीच नाही.

महाभारतातील यक्षाचे असेच झाले. धर्माला घालावयाची प्रश्नपत्रिका यज्ञाने जर मला आधी दाखविली तर त्यात खालील प्रश्न मी अवश्य घातला असता. 'तरुणांचा जीवश्चकंठश्च मित्र व वृद्धांचा कट्टर शत्रू कोण?' धर्माने या प्रश्नाचे उत्तर बहुधा मदन असे दिले असते. माझे उत्तर पाठ करून गेलेला यक्ष विजयानंदाने ओरडला असता 'चूक, साफ चूक! आरसा हा तरुणांचा मित्र व वृद्धांचा शत्रू आहे!' मी त्या वेळी नव्हतो म्हणून बरे झाले. नाही तर अशा रितीने यक्षाचा विजय होऊन भीमार्जुनादी मृत पांडव जिवंत झाले नसते! अर्थातच भारतीय युद्धही झाले नसते. कदाचित हा प्रश्न यक्षाला सुचविल्याबद्दल दुर्योधनाने मला आपला मुख्यमंत्रीही केले असते!

तसे पाहिले तर आरशाने म्हाताऱ्यांचे असे काय घोडे मारले आहे? तरुणांना शृंगारलेल्या हत्तीवर बसवून तो त्यांची मिरवणूक काढतो असेही थोडेच आहे? त्याच्यापुढे एखादी तरुण कुब्जा उभी राहिली तर तिच्या तारुण्याला भुलून तो काही तिला रंभा करीत नाही. मग धनुष्याप्रमाणे वाकलेले म्हातारेबोवा त्याच्यात बाणाप्रमाणे ताठ दिसत नाहीत यात त्याचा काय अपराध आहे बरे? पण तरुणांना आरसा डोळ्यापुढून क्षणभरही दूर करवत नाही, तर म्हाताऱ्यांना तो डोळ्यापुढे क्षणभरही धरवत नाही! तारुण्य व वार्धक्य यात नेहमी दोन ध्रुवांइतके अंतर असलेच पाहिजे, असा सृष्टीचा कायदा दिसतो.

तरुणांच्या कुठल्या गोष्टी म्हाताऱ्यांना आवडतात म्हणून आरशालाच ते जवळ करतील? तरुण नाटके-कादंबऱ्या वाचतात, वृद्ध त्यांना उपदेश करतात, 'बाबांनो, दासबोध, गीता, असं काहीतरी वाचा.' तरुणींनी आपले केस फिरविले की त्यांच्या वृद्ध आयांची व सासवांची डोकीच फिरतात! विशीच्या आतल्या पोरीचा भांग जरा डावीकडे झुकला की, साठीपलीकडे गेलेल्या बायांना ती वाममार्गाला लागल्यासारखी वाटते. तरुण-तरुणी मोकळेपणाने बोलू-चालू लागली की, म्हाताऱ्याच्या सुरकुतलेल्या चेहऱ्यावरील आठ्या हळूच म्हणतात, 'अलीकडची पोरं!'

आरसा हा अलीकडचा शोध नसला तरी तो अलीकडच्यांनाच आवडतो हे खरे आहे. पलीकडच्यांना तो आवडावा तरी कसा? तरुणांना आरशात तुळतुळीत काळे केस, सफरचंदांप्रमाणे वर आलेले गाल आणि हिरकण्यांसारखे चमकणारे दात दिसतात, पण म्हाताऱ्यांनी आरशापुढे तोंड नेले की सारी सृष्टी एकदम पालटते. काळे केस पांढरे बनतात, गालाच्या सफरचंदाचे रूपांतर संत्र्याच्या सालीत होते आणि हिरकण्यांची छोटी पेटी पाहायला जावे तो बोळके पुढे उभे राहते. आरसा पुढे धरला की तारुण्याला मदनाचा पुतळा दिसू लागतो. पण वार्धक्याला मात्र मूर्तिमंत मृत्यूचेच दर्शन होते. अशा स्थितीत आरशावर कोणता वृद्ध प्रेम करील? त्यांच्या दृष्टीने आरशावर प्रेम करणे हे मृत्यूशी मैत्री करण्याइतकेच मोठे दिव्य आहे.

या वडील माणसांच्या समाधानाकरिता 'दिसते तसे नसते' हे तत्त्व आरसा

सांगू लागला तर तो पन्नाशी उलटलेल्या माणसांत अत्यंत लोकप्रिय होईल. पण या तत्त्वज्ञानामुळे त्याचे सर्व तरुण गिऱ्हाईक मात्र त्याचे फोडून तुकडे तुकडे करील. अशा बिकट पेचात तरुणांना चिकटून राहण्यात आरशाचा दूरदर्शीपणा व्यक्त होतो. वृद्ध प्रसन्न झाले तरी आरशाला पांढरे रुमाल, जुने कोट, फाटक्या चंच्या, जाड काठ्या आणि बुगड्या, ठुशा वगैरे पुराणान्तरीचे अलंकार, यांच्यापलीकडे काहीही दृष्टीला पडणे शक्य नाही. पण तरुण खुशीत आले की एका घटकेत त्रिभुवनातल्या सर्व सुंदर वस्तू आरशाला पाहावयाला मिळतात. १९३२ च्या पद्धतीचे कपडे, दागिने आणि केशरचना तरुणांशिवाय त्याला कोण दाखवू शकेल? आरशाच्या बायकोचे आणि त्याचे पटत नसल्यामुळे त्याला वेळ घालवायला काही तरी साधन हवेच असते. तरुण-तरुणी आपल्या वेष-भूषणांनी त्याची चांगलीच करमणूक करतात.

ओघानेच आरशाच्या बायकोची गोष्ट आली. त्यातून तिचे नि नवऱ्याचे पटत नाही हे कळल्यामुळे तर तिची हकिकत ऐकण्याची उत्कंठा प्रत्येकाला असणारच! नवऱ्याच्या वाईट वर्तनामुळे ती त्याला सोडून गेली किंवा काय, तिला घटस्फोट मिळाला की नाही, वगैरे प्रश्नांचा भडीमार चुकविण्याकरिता तिची हकिकत सांगून टाकलेलीच बरी. आरसा आणि त्याची बायको आरशी ही एकाच गोत्रातली. भाषाशास्त्रात पारंगत असलेल्या त्यांच्या आईबापांनी दोघांच्याही जन्माआधीच त्यांचे लग्न ठरवून टाकिले. पुढे सगोत्र विवाहाचा प्रश्न आला, तेव्हा आरशीला एका नेत्रवैद्याला दत्तक दिले. (तिचे दत्तकघरचे नाव चाळिशी आहे.) हा दत्तक बाप तिला कधीही डोळ्याआड होऊ देत नसे. या सवयीमुळे तिला फक्त माणसांचे डोळेच आवडू लागले. इकडे आरसा शिक्षणाकरिता बाहेरगावी गेला तिथे त्याची पाऱ्याशी मैत्री जडली. 'जिवात जीव असेपर्यंत एकमेकांना अंतर द्यायचे नाही.' असे दोघा मित्रांनी ठरविले. आपल्या नवऱ्याचे आपल्यापेक्षाही पाऱ्यावर अधिक प्रेम आहे, हे लग्नमंडपातच आरशीच्या लक्षात आले. ती लगेच रागारागाने दत्तक बापाच्या घरी निघून गेली. आपला जावई पाऱ्याची संगत सोडीत नाही असे पाहून नेत्रवैद्याने तिला आपल्याकडेच ठेवून घेतली. आरसा हा तरुणांचा मित्र असल्यामुळे या प्रकरणात सर्व दोष त्याचाच आहे असे जगातील वृद्धांनी ठरविले. नवऱ्याला सोडून राहणाऱ्या बाईविषयी म्हाताऱ्या माणसाचे मत सहसा अनुकूल असत नाही, पण आरशी मात्र या नियमाला अपवाद ठरली. तिच्यासाठी निराळे घर घेऊन तिची बडदास्त ठेवणारे व तिच्या हातात आनंदाने आपले कान देणारे वृद्ध लाखांनी मोजता येतील.

आरशाचे कौटुंबिक आयुष्य दुःखी असले तरी तो कधीही उदास व खिन्न दिसायचा नाही. जेव्हा पाहावे तेव्हा स्वारी आपली कामात गुंग आहे. त्याच्यापुढून एखादा मनुष्य गेला आणि त्याच्या स्वरूपावर त्याने प्रकाश पाडला नाही असे सहसा व्हायचे नाही. श्रीमंत-गरीब, उच्च-नीच हे भेद या साधुतुल्य पुरुषाच्या

गावीही नाहीत. सम्राटाच्या दिवाणखान्याप्रमाणे नापिताच्या कारखान्यातही उज्ज्वल हास्य त्याच्या मुखावर चमकत असते. हिऱ्यामोत्यांचे अलंकार धारण करणाऱ्या महाराज्ञीला निमिषार्धात तिची प्रतिमा काढून देणारा हा चित्रकार केसात रानफुले गुंफणाऱ्या तिच्या दासीचीही छबी तितक्याच उत्सुकतेने व कौशल्यतेने रेखाटतो.

आरशाच्या शिष्यमंडळात नि:स्पृह टीकाकारांची प्रमुखत्वाने गणना केली पाहिजे. टीकाकाराने दाखविलेले दोष ग्रंथकर्त्याला बहुधा पटत नाहीत. पण आरशाने रेखाटलेलं स्वत:चे रूप तरी कितीसे लोक तिऱ्हाइताच्या दृष्टीने पाहतात? ललाटलेख लिहिण्याकरिता ब्रह्मदेवाने जवळ ठेवलेली शाई लवंडून तिच्यात भिजून निघालेले लोकही आरशापुढे उभे राहून अभिमानाने माना डोलवितातच की नाही! त्यांचे ते डोलणे पाहून प्रतिकूल टीकेतील एखाद्या अर्धवट अनुकूल वाक्यावर खूश होणाऱ्या लेखकाची मूर्ती कुणाच्या डोळ्यापुढे उभी राहणार नाही?

भंगुर काच व चंचल पारा यांच्या मिश्रणाने उत्पन्न झालेल्या आरशाची तुलना मर्त्य शरीर व चंचल मन यांच्या पोटी जन्म घेणाऱ्या प्रेमाशीच होऊ शकेल असे कविकल्पनेला वाटेल. वस्तू समोरून नाहीशी झाली की तिला पूर्णपणे विसरून जाण्याची आरशाची शक्ती पाहून तत्त्वज्ञ त्याला स्थितप्रज्ञाच्या पंक्तीला बसवील. पण आरशाची कुणी किती स्तुती केली तरी मला त्याच्याविषयी प्रेम एकाच गोष्टीमुळे वाटते. वाफेने उडणाऱ्या किटलीवरील झाकणाच्या पोटीच जसा आगगाडीचा जन्म झाला, त्याप्रमाणे बाह्यसृष्टी हुबेहूब दाखविणाऱ्या आरशातूनच कधी ना कधी तरी अंत:सृष्टीचे सत्यस्वरूप दाखविणारा आरसा जन्माला येईल.

असे आरसे घरोघर झाले की, जगातल्या निम्म्यातरी दु:खांना आपले तोंड काळे करावे लागेल. हंगामी देशभक्त व्यासपीठावर चढून बोलू लागले की, हा नवा आरसा त्यांच्या हातात द्यावा म्हणजे एक ब्रसुद्धा न काढता ते उडी मारूनच व्यासपीठावरून खाली येतील. प्रेमयाचना करणाऱ्या तरुणाच्या हातात तो दिला की, त्याच्या प्रेमप्रवाहाचा उगम रूपात, पैशात अगर दुसऱ्या एखाद्या बाह्य उपाधीत आहे की काय, याची रमणीला तत्काळ कल्पना येईल. या आरशाचा शोध लागला तर जगात वकील आणि साक्षीदार औषधालासुद्धा मिळणार नाहीत. आरोपी आणि फिर्यादी यांच्या हातात असले आरसे देऊन त्यात पडलेले त्यांच्या हृदयाचे प्रतिबिंब न्यायाधीशाने पाहिले की झाला खटल्याचा निकाल! या नव्या आरशामुळे आजची अपूर्ण सृष्टी नि:संशय आदर्शसृष्टी होईल. पण अशा आरशाचा शोध कधीतरी लागेल का? या यक्ष प्रश्नाचे उत्तर कोणता धर्मराज देईल?

■

अलंकारिक भाषा

'अलंकारिक भाषा कृत्रिम असते, असली भाषा म्हणजे नुसती बुद्धीची कसरत आहे. ज्या देशातल्या शेकडा नव्वद लोकांना उपमा शब्दाचा अर्थसुद्धा कळणे शक्य नाही, तिच्यावर उपमांनी भरलेल्या वाक्यांचा वर्षाव करणे म्हणजे अपचनाने आजारी असलेल्या मनुष्याला पक्वान्नांचा आग्रह करण्यासारखा आहे.' अलंकारिक भाषेची निंदा करता करता तिचा आश्रय करू लागणाऱ्या या लेखकाचे मला हसू आले, पण ते आवरून अलंकारिक भाषेची हजेरी घेणारा तो टीकात्मक लेख मी पुढे वाचू लागलो. स्वारी रंगात आली होती मोठ्या! हा लेख लिहीत असताना आपल्या कपाळावरील शिरा त्याने किती ताणल्या असतील याचे चित्र मी माझ्या डोळ्यांपुढे उभे करू लागलो. निळ्या शाईने नद्या भरलेला मराठी शाळेतल्या मुलाचा हिंदुस्थानचा आराखडाच माझ्या डोळ्यांपुढे नाचू लागला.

अलंकारिक भाषेला सरस्वतीच्या दरबारात फाशीची शिक्षा मिळावी म्हणून या विरुद्ध पक्षाच्या वकिलाने तिच्यावर अनेक आरोप केले. ती रसाचा गळा दाबते, स्वाभाविकपणाचा खून करते, बुद्धीला भटकेपणाची सवय लावते इत्यादी इत्यादी. तिला फाशी द्यावे, निदान जन्मभर अंधारकोठडीत डांबून ठेवावे अशी न्यायदेवतेला विनंती करताना तर त्याचे लेखन अत्यंत वक्तृत्वपूर्ण झाले होते. 'अलंकारिक भाषा ही थंडीने गोठलेली नदी आहे. तिच्या आतील पाण्याचा तहानलेल्या प्राण्यांना

काडीइतकाही उपयोग नाही. बर्फाने आच्छादिलेला तिचा पृष्ठभाग मोठा सुंदर दिसतो. पण त्याच्यावर फिरणाराचे जीवित सुरक्षित असते काय? छे, त्याची शंकादेखील नको! कोणत्या वेळेला त्याला जलसमाधी मिळेल याचा नेम नाही.'

त्याच्या या विस्तृत उपमेचा अर्थ लावण्याच्या नादाला मी लागलो नाही. कारण बर्फाने गोठलेल्या पांढऱ्याशुभ्र नदीचे दुसऱ्याच क्षणी सोनेरी हरिणात रूपांतर झालेले दिसले. 'अलंकारिक भाषा हा कांचनमृग आहे. प्रतिभारूपी सीतेला या सोनेरी हरिणाचा मोह पडतो. विचाररूपी राम त्या हरिणाची शिकार करण्याकरिता आश्रम सोडून गेला की, रावण सीता-हरण करतो.'

हा रावण कोण याचा काही केल्या मला उलगडा होईना. पण सर्वात अधिक गंमत वाटली ती अलंकारिक भाषेची. विषावर विषाचा उतारा देतात, तशातला प्रकार दिसला हा! कदाचित 'आत्मैव रिपुरात्मनः' हे तत्त्व लोकांना पटविण्याचा त्याचा उद्देश असेल. परवाच नाही का एका वयोवृद्ध विद्वानाने महाराष्ट्रात विचारांचा दुष्काळ (अगदी दुर्गादेवीचा) पडला आहे म्हणून तक्रार केली? या पंडिताच्या मते हिंदुस्थानात सध्या फक्त अडीच शहाणी उर्फ विचारी माणसे आहेत. (पेशवाईपेक्षा आपली स्थिती खालावली आहे हे या हिशेबावरून सिद्ध होते हे दिसतेच आहे. त्या वेळी महाराष्ट्रात साडेतीन शहाणे होते आणि आज उभ्या हिंदुस्थानात अवघे अडीच शहाणे आहेत!) हे अडीच शहाणे म्हणजे गांधी व कृष्णमूर्ति हे पक्के व रवींद्रनाथ अर्धे! सदरहू लेख मोठ्या आदराने वाचून माझ्या एका मित्राने म्हटले, 'अगदी सडेतोड लिहिला आहे लेख! बाकी सर्व ठीक आहे! पण एक शंका येते मला. हिंदुस्थानातील विचार करणाऱ्या अडीच लोकात सदरहू लेखक-अगदी छोट्याशा व्यवहारी अपूर्णांकाच्या रूपाने का होईना-असेल असे वाटत नाही. कारण अडीच माणसांचा अगदी बरोबर हिशेब मांडून दाखविलाय त्याने. या अडीच माणसांच्या बाहेर सध्या कुणालाच स्वतंत्र करता येत नाही असे या लेखकाचे म्हणणे! मग याचे हे लिहिणे तरी विचाराचे आहे की...'

दुसऱ्याचे खंडन करण्याच्या भरात मनुष्य स्वतःचेच खंडन करून घेतो ते असे! उतावळा शिकारी स्वतःला ठार करी, हेच खरे! पण हिंदुस्थानातील विचारशून्यतेचा निषेध करणाऱ्या या विद्वानाप्रमाणे अलंकारिक भाषेविरुद्ध शस्त्र उपसणाऱ्या या लेखकाच्या म्हणण्यातील अतिशयोक्ती सोडून दिली तरी त्यात काही सत्य आहे की नाही? अलंकारिक भाषेविरुद्ध अनेकदा ओरड ऐकू येते ती का? ही आरडाओरड करणारे लोक दोरीचा साप करतात, दिवडाला नाग मानतात की खरोखरच जिवाणू चावून बेशुद्ध झालेला मनुष्य दिसत असल्यामुळे धावपळ करतात?

फुरसे चावल्यामुळे नेहमी 'जंगम' असणारा माझा पाय 'स्थावरा'त जमा झाला होता. त्यामुळे स्वस्थ पडून या प्रश्नाचा विचार करायला भरपूर सवड होती मला.

पण मी डोळे मिटले न मिटले तोच मला झोप आली, अशी कल्पना कुणी केली असती तर ती चुकीची ठरली नसती! पण घरासमोरच्या वाटेने जाणाऱ्या एका कुरवाड्याचे कर्कश शब्द माझ्या कानात पडले. 'त्याच्या पाठस्‌न अठ्ठावीस ग्रह आसत. हडे ये-तडे ये' तो मनुष्य वाटेने निघून गेल्यामुळे त्याचे पुढील शब्द मला ऐकू आले नाहीत पण हे एकच वाक्य- उभ्या आयुष्यात अंकलिपीतल्या अननसाचे ज्याने दर्शन घेतले नाही, मग अंबारी गाठण्याची गोष्ट दूरच राहिली- अशा एका अशिक्षिति मनुष्याने बोलण्याच्या भरात उच्चारलेले हे वाक्य अलंकारिकच नव्हते का?

इतक्यात माझा सुजलेला पाय कसा आहे याची चौकशी करण्याकरिता एक गृहस्थ आले. "सूज कशी आहे?" त्यांनी विचारले. "कालच्यापेक्षा कमी आहे." मी उत्तर दिले. पण लगेच माझे मलाच हसू आले. सुजेत म्हणण्यासारखा काहीच फरक पडत नव्हता. पण मनाला आशेचे डोळे असतात ना! ते गृहस्थ माझ्या पायाकडे बारकाईने पाहू लागले. लगेच मी म्हणालो, "भागाकाराच्या उदाहरणासारखा झालाय माझा पाय! आणखी एक भाग बसला की भाग तुटेल असे लहान मुलाला वाटत असते. तसे आणखी एक दिवस गेला की सूज उतरेल असे मला वाटते. पण..."

माझे हे बोलणे ऐकून ते हसले. मीही हसलो असतो. पण मी एकदम मनात चरकलो. मी बोललो ते सारे अलंकारिक नव्हते का? असले बोलणे कृत्रिम, दुर्बोध, वाईट - आणखी विशेषणे हवी असती तर त्या लेखकाला जरुरीची तार करून त्याची मदत घेणे आवश्यक होते.

हे गृहस्थ निघून गेले न गेले तोच एक पालक आले. त्यांच्या मुलाने शाळेशी असहकारिता पुकारून हॉटेलप्रवेशाचा पुरस्कार चालविला होता. मुलगा सोळा वर्षांचा झाला की, बापाने त्याच्याशी मित्राप्रमाणे वागावे हा नियम अमलात आणण्याची संधीच चिरंजीवांनी वडिलांना दिली नाही. ते स्वतःच तीर्थरूपांना लंगोटियार मित्र मानू लागले होते. माझ्या सांगण्याचा कदाचित काही उपयोग होईल म्हणून आपल्या मुलाला एक उपदेशपर पत्र पाठविण्याविषयी त्यांनी मला सांगितले. पत्राचा मसुदाही त्यांनी आणला होता. ते निघून जाताच मी तो वाचू लागलो. मुलाला उपदेशामृत पाजण्याकरिता क्रमिक पुस्तकातून आढळणाऱ्या 'वेडे कोकरू', 'प्रयत्नवादी कोळी' इत्यादी प्राण्यांचे संमेलनच त्यांनी आपल्या मसुद्यात भरविले होते.

मला अलंकारिक भाषेच्या निंदेची आठवण झाली आणि हसू आले. काळजीने व्याकूळ झालेल्या पित्याच्या हृदयातसुद्धा ओबडधोबड अलंकारांना का होईना, पण जागा मिळते हे मी माझ्या डोळ्यांनी पाहात होतो. मला वाटते अलंकारिक भाषेची

निंदा ही जुन्या वाङ्मयात आढळणाऱ्या शरीराच्या अगर स्त्रीच्या निंदेइतकीच खरी मानायची. स्त्री आणि वाणी यांच्या बाबतीत 'उचलली जीभ आणि लावली टाळ्याला' असेच जगाचे वर्तन असत नाही का? हे सिद्ध करायला साक्षी हव्या असतील तर प्लँचेटवर भवभूतीलाच पहिल्यांदा बोलवावे.

स्त्री आणि वाणी! दोन्ही जगाच्या माता! पण दोघींनाही बटकीप्रमाणे वागविण्याचा मोह त्याला अगदी अनावर होतो.

''भयचकित नमावे तुज, रमणी
जन कसे, तुडविती तुज चरणी।।धृ.।।
महाकवी, तत्त्वज्ञ, भूपती
समरधुरंधर, वीर, धीर-गति
स्थितप्रज्ञ हरि उरी कोंडिती
प्रसव तयांचा तू जननी!
भूत निघाला तव उदरातुन
वर्तमान घे अंकी लोळण
भविष्य पाही मुलि! रात्रंदिन
तव हाकेची वाट मनी!
तुझ्या कांतिने चंद्र झळझळे
फुला फूलपण मुली! तुजमुळे
रत्नी राग तुझा गे उजळे!
तुजसाठीही प्रिय भगिनी!''

हे तांब्यांनी स्त्रीजातीला उद्देशून काढलेले उज्ज्वल उद्गार वाणीलाही अक्षरश: लागू पडतात. स्त्रिया आणि वाणी! जणू काही सख्ख्या बहिणीच! 'न स्त्री स्वातंत्र्यमर्हति' अशी घोषणा करणाऱ्या स्मृति म्हणजे स्त्री-जातीचे व्याकरणच म्हणायचे. स्त्रीने घरात मरमर मरावे आणि त्याचे श्रेय मात्र पुरुषाच्या पदरात पडावे. भाषेचाही तसाच प्रकार होतो थेट! धडपडते ती पण वाचक म्हणतात, 'किती सुंदर विचार आहेत या लेखात.' दोघींनी वेशभूषा केली नाही तर त्यांच्याकडे ढुंकूनसुद्धा कुणी पाहणार नाही, पण त्यांचे नटणे मुरडणे थोडेसे अधिक होऊ द्या, झालाच लोकांचा गहजब सुरू.

खरंच, अलंकारिक भाषेविरुद्ध होणाऱ्या आरडाओरड्याचा उगम स्त्रियांविषयींच्या लोकांच्या कल्पनांतच असण्याचा संभव नाही का? बायकांना दागिन्यांची हौस उपजतच असते आणि तिच्यात अस्वाभाविक असे काय आहे? नक्षत्रे रजनीच्या केसातच शोभतात, दिवसाला त्यांचा काय उपयोग? पण पुष्कळदा 'बायकांची

हौस आणि पुरुषांना फास' असा दागिन्यांचा प्रकार होतो. बायकोने कुड्यांकरिता मोती मागितली की, नवऱ्याच्या डोळ्यात अश्रू उभे राहतात. अशा वेळी अलंकाराची एकजात निंदा करण्यापलीकडे बिचारा पतिदेव दुसरे काय करू शकणार?

आपलीच पिले खाणाऱ्या बोक्यालासुद्धा गीतेचा आधार दाखविता येतो. मग स्त्रिया व भाषा यांच्या अलंकारांविरुद्ध चळवळ करणारांनी 'साधेपणा'चे तत्त्वज्ञान पुढे करावे यात नवल ते कसले? 'साधी राहणी आणि उच्च विचारसरणी' या म्हणीने तर त्यांच्या जिभेच्या टोकावर बिऱ्हाडच केलेले असते. मग नुसत्या साध्या राहणीने कैद्यांना शांततेबद्दल आणि गिरण्यांतील मजुरांना वाङ्मयासाठी नोबेल बक्षिसे मिळाली असती. साधी राहणी ही उच्च विचारसरणीची मुलगी आहे, आई नव्हे! तुकारामबोवा नीचपणा ऊर्फ साधेपणा बरे म्हणतात खरे. पण ते का? मुंग्यांना साखर खायला मिळते म्हणून! साध्या विषयात मोठा आशय आढळतो, नाही असे नाही! पण तो आढळतो 'कवीला' आणि तोही 'कधी' तरी. अलंकाराचा मुख्य उद्देश दुसऱ्याच्या डोळ्यांत भरण्यासारखे दिसणे हा आहे. मोठ्या लोकांच्या साधेपणानेच तो साधतो. महात्मा गांधींचा पंचा हा त्यांचा अलंकारच नाही का? पण केवळ पंचाच्या साधेपणामुळे गांधीजींना महत्त्व आले आहे असे ज्याला वाटत असेल त्याने 'खडाष्टक' नाटकातील पंचेवाल्या कोकणी म्हाताऱ्याचे प्रेक्षकवर्ग कसे स्वागत करतो ते अवश्य पाहावे.

निर्जन वनात राहणारा रॉबिन्सन क्रूसो फारतर साधा राहू शकेल. पण समाज आला, मनुष्यांच्या विचारविकारांचा आणि मतांचा खेळ सुरू झाला, की तिथे अलंकारांचा प्रवेश झालाच म्हणून समजावे. रानटी लोक दगड गळ्यात बांधून घेतील, तर सुधारलेली माणसे हिरेमाणकांना डोक्यावर बसवतील. कित्येक देशांत सोन्यासारख्या केसांवर नैसर्गिक कृष्णफुले नाचतील तर कित्येकात कृष्णकचकलापावर सोनेरी फुले खेळत बसतील. लहान मुलगा आपली जरीची टोपी नीट बसली आहे की नाही हे आरशापुढे पाहील, उलट त्याचे आजोबा त्याच साधनाने आपली पगडी स्थिरस्थावर करतील. तरुणी आपल्या केसांच्या तुरळक बटा कपाळावर नाचत राहण्याची व्यवस्था करील आणि प्रौढ स्त्री आपले तुरळक पांढरे केस काळ्या केसांखाली दडवून ठेवण्याची दक्षता बाळगील. वय, देश, काल, परिस्थिती यांच्यामुळे अलंकार बदलतील, पण त्यांची आवड सामान्य मनुष्याच्या- विशेषत: स्त्रीच्या-मनातून कधीच नाहीशी होणार नाही आणि जशी रमणी तशी वाणी हा तर त्रिकालाबाधित सिद्धान्त आहे.

भुकलेले तान्हे मूल दूध पिताना आईच्या दागिन्याकडे पाहात नाही. बरेच दिवसांनी माहेराहून परत येणाऱ्या पत्नीकडे उत्कंठित दृष्टीने पाहताना पतीचे लक्ष तिच्या अंगावरच्या अलंकाराकडे जात नाही आणि आजारीपणात मुलगी आपली

शुश्रूषा करते तेव्हा काही आपण तिच्या अंगावरल्या दागिन्यांची मोजदाद करीत नाही हे खरे! पण असे रसोत्कट प्रसंग आयुष्यात काय आणि वाङ्मयात काय पदोपदी थोडेच येतात? इतर प्रसंगी लंकेची पार्वती असलेली स्त्री विशोभितच दिसत नाही का? वल्कलानेसुद्धा एखाद्या स्त्रीचे सौंदर्य अधिक आकर्षक होईल हे खरे! पण केव्हा? ती मेनकेसारख्या अप्सरेची मुलगी असली तरच!

अशा रितीने अलंकार अपरिहार्य असले तरी एक गोष्ट मात्र कबूल केलीच पाहिजे. दागिने शोभादायक असतात म्हणून वाटेल तो दागिना वाटेल तिथे शोभतो असे मात्र नाही. कानात सरी आणि गळ्यात साखळ्या घालून एखादी बाई मिरवायला निघाली तर कौतुकाऐवजी तिचे हसेच होईल. भाषेच्या बाबतीत असले वेडेचार नित्य घडतात. परवाच 'घंटानाद' नावाच्या पुस्तकावर अभिप्राय देताना एका प्रमुख वर्तमानपत्राने लिहिले होते, 'हा घंटानाद ऐकून जितके कुंभकर्ण जागृत होतील तितका ग्रामोद्धार लवकर होणार आहे.' कुंभकर्ण जागृत झाल्यावर आपल्या वखवखलेल्या पोटात किती अन्न रिचवीत असे याची कल्पना केली म्हणजे या ठिकाणी 'ग्रामोद्धारा'चा अर्थ गाव ओसाड पाडणे हाच आहे की काय अशी शंका येते. पण दुरुपयोग होतो म्हणून एखाद्या वस्तूवर अजिबात बहिष्कार घालायचा म्हटला तर अन्न आणि अग्नी यांनासुद्धा आपल्या आयुष्यातून हद्दपार करावे लागेल, पण मग, दररोज निर्जळी एकादशी लिहिलेली पंचांगे अगर विडी ओढण्याकरता विस्तव केल्याच्या गुन्ह्याबद्दल फाशी जाणारी माणसे पाहायला या जगात उरणार कोण?

'तुम्ही काही म्हणा, पण अलंकार काही बरे दिसत नाहीत आपल्याला!' असे अजूनही म्हणणाऱ्या वाचकांना मी म्हणेन अगदी तंतोतंत जुळतं तुमचं माझं मत! ते बरे दिसत नाहीतच! 'अहो दिसतं तसं असतं कुठं?'

∎

निकाल द्या ('How's that?)

क्रिकेटच्या सामन्यात कोणताही पक्ष आपला अकरावा गडी म्हणून मला घ्यावयाला तयार नसे. याचे कारण मी मैदानावर अकरावा गडी म्हणून गेलो तरी पहिलाच चेंडू माझे बारा वाजवील हे होते हे सांगावयाला नकोच. मीही लढाईत होणाऱ्या जखमांपेक्षा तिच्या वर्णनाने अंगावर येणाऱ्या शहाऱ्यातच खरे सुख असते या तत्त्वज्ञानाने मनाचे समाधान करून घेई. घड्याळाच्या लंबकाप्रमाणे तीन तीन काट्यांच्या दरम्यान लंगडीतोड करण्यापेक्षा मधून मधून टाळ्या वाजविण्याचे कामच अधिक राजस असते. शिवाय 'ज्याची खावी पोळी, त्याची वाजवावी टाळी' या न्यायाला अनुसरून 'ज्याचा प्यावा चहा त्याची करावी वाहवा' हेही डेऱ्यात बसलेल्या मुत्सद्द्यांचे कर्तव्य आहे. मोठमोठ्या योद्ध्यांच्या तलवारीचे पाणी त्यांच्या रमणींच्या डोळ्याकडून उसने घेतलेले असते असे म्हणतात. क्रिकेटमधल्या धावादेखील टाळ्यांच्या पोटीच जन्माला येतात. एका हाताने टाळी वाजत नाही अगर धाव काढण्याइतका चेंडू मारता येत नाही, यावरूनच त्या दोघींचे नाते सिद्ध होते.

क्रिकेटमधला शिवाजी अगर नेपोलियन होणे लांबच राहिले पण सैन्याची खोगीरभरती करणारा शिपाईदेखील मला होता येईना. परंतु माझा क्रिकेटचा नाद मात्र सुटेना. क्रिकेटचा सामना असला की घरी आई आजारी असो, धाकट्या

भावाला शिकवायचे असो, अगर इतर काही काम असो, 'न्याय्यात्पथ: प्रविचलन्ति पदं न धीरा:' या ध्येयाप्रमाणे माझे पाय सामन्याच्या मैदानाची वाट कधीही सोडीत नसत. पुढे पुढे तर घरी दारी देखील मी क्रिकेटची परिभाषाच वापरू लागलो. एका लग्नात वाढप्याने बुंदीचा लाडू घाईने टाकला व तो माझ्या पानाबाहेर पडला त्याबरोबर मी 'वाइड बॉल' म्हणून एकदम ओरडलो. मालक घरी आहेत किंवा नाहीत हे दाखविण्यासाठी 'इन' व 'आऊट' अशा अक्षरांच्या पाट्या असतात. पण 'इन' शब्दाचे उच्चाटन करून मी त्याच्याऐवजी 'नॉट आऊट' शब्दाची स्थापना केली. माझ्या धाकट्या भावाने 'द डॉग वॉज बोल्ड' या वाक्याचा अर्थ विचारल्याबरोबर कुत्र्यातही एके काळी क्रिकेट होते असे वाटून मी आनंदित झालो. बोल्डचा अर्थ चेंडूने काठी पडून आऊट होणे असा मी सांगितला. दुसरे दिवशी त्याच्या हातावर मास्तरांची काठी व नावावर चेंडूच्या आकाराचा मार्कांचा आकडा पडला हा भाग निराळा. 'कॅच इट' (पकड याला) या इंग्रजी समजणाऱ्या एकाही चोराला अद्याप आमच्या घरात चोरी करण्याची छाती झाली नाही.

क्रिकेटची ही माझी भक्ती एके दिवशी अचानकपणे फळाला आली. नाटके पाहणारा प्रेक्षक नाटककार होऊ शकला नाही तरी टीकाकार होऊ शकतो. त्याप्रमाणे माझा गड्यात समावेश होणे शक्य नव्हते. तरी न्यायाधीशाची (Umpire) माळ माझ्या गळ्यात पडली. क्रिकेटमधील गडी वीर तर न्यायाधीश परमेश्वर असतो, कारण त्याने निकाल दिला की, ते ब्रह्मलिखित कुणालाही पुसता येत नाही. सर्वांत जुना प्रेक्षक म्हणून असो वा प्रयत्नांती परमेश्वर म्हणून असो, मी त्या दिवशी मैदानावर न्यायाधीश म्हणून जाऊन उभा राहिलो. त्या वेळी ते सर्व गडी मला आरोपीप्रमाणे वाटू लागले. माझ्या एका शब्दाने त्यांच्यातले वीरशिरोमणी मरू शकतील या कल्पनेने तर मला अस्मान ठेंगणे झाले. खेळाला सुरुवात झाली व पहिलाच चेंडू मारून गडी धावू लागला. गडी येऊन पोचायला व चेंडू काठ्यांवर येऊन पडायला एकच गाठ पडली. How is that, umpire? (न्यायाधीश महाराज, निकाल द्या.) अशी चेंडू लावणाराकडून गर्जना आली. 'आऊट' मी सांगितले. 'आऊट? माझा पाय तर चेंडू लावण्याच्या आधीच सीमेच्या आत पडला!' मी एका शब्दाने ठार मारलेला गडी आपला खून होत आहे अशा स्वराने किंचाळला. त्याची दया येऊन मी म्हटले 'नॉट आऊट असावासा दिसतो?' 'दिसते तसे नसते' पहिला पक्ष ओरडला. दुसरा पक्षही दंड थोपटू लागला. काय करावे तेच मला कळेना. एक वेळ वाटे गड्याचा पाय सीमेच्या आत पडला असावा, दुसऱ्यांदा वाटे चेंडूच आधी लागला असावा. आऊट द्यावा तर एका पक्षाचे नाहक नुकसान होते. नॉट आऊट द्यावा तर दुसऱ्याचा निष्कारण तोटा होतो. माझे मन न्यायान्यायाच्या कात्रीत सापडून त्याच्या चिंधड्या होऊ लागल्या. उन्हामुळे मला नीटसे दिसलेच नाही असे म्हणून

मी न्यायाधीशाच्या जागेचा राजीनामा देऊन तंबूत परत आलो. पहिल्या चेंडूने गड्याऐवजी न्यायाधीशालाच मारले.

खेळातल्या य:कश्चित निकालाच्या वेळी मन असे गोंधळते, मग फाशीची शिक्षा फर्मावणाऱ्या न्यायाधीशाच्या अंत:करणाची किती बरे चलबिचल होत असेल! खेळाच्या वीतभर पाण्याने ज्या सद्सद्विवेक बुद्धीचे डोळे फिरतात तिची कठोर व्यवहाराच्या तुफान दर्यावर काय स्थिती होत असेल? सर वाल्टर रॅलेने स्वत: लिहिलेला जगाचा इतिहास याच कारणासाठी फाडून टाकला. त्याने स्वत:च्या डोळ्यांनी पाहिलेल्या एका भांडणाविषयी जेव्हा त्याचे व दुसऱ्याचे एकमत होईना तेव्हा काळाच्या उदरातील गोष्टींची चर्चा म्हणजे जन्मांधाने केलेले सुंदर स्त्रीचे वर्णन होय असे त्याला वाटले व त्या वैतागाच्या भरातच त्याने आपल्या हस्तलिखिताचा नाश केला.

पण असे सर वॉल्टर रॅले जगात हाताच्या बोटावर मोजण्याइतके सापडतात. न्याय व अन्याय हे सारखेच दिसणारे जुळे भाऊ असल्यामुळे त्यांच्या स्वरूपाच्या साम्याने आम्ही सामान्य माणसे बाचकून जातो असे मुळीच नाही. चोर सोडून संन्याशाला सुळी देणाऱ्या न्यायाधीशाप्रमाणे आम्ही सर्व गोष्टींचे भराभर निकाल देत असतो. शाळेत एखाद्या मुलाचा अभ्यास झाला नसला की त्याला उनाडपणाचे शेलापागोटे द्यावयाला आम्ही एका पायावर तयार! त्या चिमण्या जीवाला एखादी चिंता जाळीत असेल अगर घरातील कामांमुळे त्याला आवंढा गिळायलाही फुरसत मिळत नसेल अशी कल्पनाही आमच्या मनाला शिवत नाही. एखाद्याने चोरी केली की नाकाने वांगी सोलणारा समाज त्याची छी : थू करू लागतो, पण ती चोरी पोटच्या पोरीचा प्राण वाचविण्यासाठी केली की श्रीमंतीची हाव धरून केली होती, हे मात्र कोणी पाहात नाही. शितावरून भाताची परीक्षा करण्याचीदेखील कोणी तसदी घेत नाही. तपेल्याच्या जळकेपणावरच भाताची पुष्कळ वेळा परीक्षा होते. विधवेचे वाकडे पाऊल पडले की करा तिचा छळ. त्या वाकड्या पावलामागे लपलेले पुरुषी पिशाच्च पुन्हा दुसऱ्या विधवेला पापगर्तेत लोटायला मोकळे राहते ते राहतेच.

How is that? असा प्रश्न पदोपदी जग आम्हाला विचारीत असते आणि आम्ही बेलाशक निकाल देत असतो. २०० पृष्ठांचे नवे पुस्तक पाच मिनिटांत चाळून 'कसे काय आहे' या प्रश्नाला 'भारूड' हे उत्तर द्यायला आम्ही कचरत नाही. एखाद्या मनुष्याविषयीच्या कंड्या कर्णोपकर्णी ऐकून त्याला रौरव नरकात फेकावयाला आम्ही भीत नाही. प्रत्येक गोष्टीवर पाहताक्षणी शेरे द्यावयाचे व टीका करायची असे आम्हाला बाळकडूच मिळाले आहे. पण या तडकाफडकी न्यायाने किती अन्याय होत असेल याची कुणाला कल्पना तरी आहे काय? न्याय करणाऱ्याचा खेळ होतो

पण ज्याचा न्याय होतो त्याचा जीव जातो. बाहेरून खडकाळ दिसणाऱ्या डोंगराच्या पोटी रत्ने मिळतात. वरून काळाकुट्ट दिसणारा मेघ जगाला जगविणाऱ्या जलाने परिपूर्ण असतो. त्याचप्रमाणे बाह्यतः कठोर दिसणारी माणसे आतून कोमल असतील व जग ज्याला पाप मानते तेही तसे नसेल. पाठीमागे एका हातावर काय चालले आहे हे ज्याला समजत नाही त्या दुबळ्या मानवाला इतरांच्या अथांग हृदयसागरातील गूढे कशी कळणार व त्याने सर्वसाक्षी होण्याचा आव तरी का आणावा? How is that? (निकाल द्या) या प्रश्नाला एकदम उत्तर द्यावयाचे असेल तर God knows (खरा न्यायाशीध ईश्वर आहे) हेच देणे योग्य होईल.

■

आशा व सिद्धी

आशा व सिद्धी यांचे लक्ष्मी-सरस्वतीप्रमाणे निसर्गत:च वाकडे आहे असा सामान्य समज आहे. मनुष्यप्राणी आशा करण्यासाठीच जन्माला येतो. पण आशेचा अंकुर व सिद्धीचे फळ यात असलेले अंतर त्याला कधीही तोडता येत नाही असे प्रतिपादण्याकडेच मानवजातीच्या भावनाविष्करणाचा मक्ता घेतलेल्या कवींचा कल असतो. आजचे जग म्हणजे नुसत्या गोजिरवाण्या पाळण्यातल्या बालकांनी गजबजलेली मनुष्यजात, अगर मिणमिण करणाऱ्या चांदण्यांनी भरून गेलेला खगोल होय असे त्यांना वाटते. जिकडे पाहावे तिकडे आशा-वेडी आशा-साम्राज्य करीत आहे असे करुणाक्रंदनच कविहृदयातून बाहेर पडत असते.

आशा-सिद्धीच्या झगड्याचा प्रश्न क्षणभर बाजूला ठेवून आशा श्रेष्ठ की सिद्धी श्रेष्ठ हे आपण पाहू लागलो तर आशेच्याच बाजूला मते जास्त पडतील. कालिदासासारख्या जगत्कवीनेही शाकुंतलाच्या पाचव्या अंकात दुष्यंताच्या मुखाने आशापक्षाचेच मंडन केले आहे. लेख लिहिण्यापूर्वी लेखकाच्या पुढे जी मनोहर कल्पनासृष्टी उभी असते तिचे सौंदर्य तो लेख लिहून झाल्यावर- तो उत्तम वठला आहे असे गृहीत धरावयाला मुळीच हरकत नाही- त्याला अनुभवता येते का? यशाचा उन्माद कदाचित त्याच्या वाट्याला येईल, पण आशेचा उत्साह - छे, स्वप्नात पाहिलेल्या सुंदर मूर्तीप्रमाणे तो त्याला कायमचाच सोडून गेलेला असतो.

अपत्यमुखदर्शनाकरिता आई कितीही उत्कंठित असली तरी प्रसूतीपूर्वीचा आशादायक आनंद बारशाच्या दिवशी नाव ठेवताना तिला लाभतो काय? एखादे चांगले नवे नाटक पाहावयाला जाताना आपल्या मनाची जी अधीर व उत्सुक स्थिती असते ती नाटकगृहातून भरतवाक्याबरोबर उठताना राहणे शक्यच नसते.

आशेच्या स्वर्गीय आनंदाची खरीखुरी कल्पना व्हायला एखाद्या उपवर कुमारिकेच्या भावनांशी समरस झाले पाहिजे. इंद्रधनुष्याच्या रंगांनी व चांदण्यांच्या अलंकारांनी भूषित होऊन विजेच्या वेगाने जी चलच्चित्रे तिच्या अंतर्दृष्टीपुढून जात असतात त्यांची मुग्ध माधुरी प्रत्यक्ष संसाराला कधीच व्यक्त करून दाखविता येणार नाही. आशा काव्यमय तर सिद्धी व्यवहारपूर्ण असते. सिद्धीची माळ गळ्यात पडली की, प्रत्येक गोष्टीला पार्थिव स्वरूप प्राप्त होते. हिरवी चिंच पाहून तोंडाला सुटणारे पाणी ती चिंच प्रत्यक्ष खाताना सुटणाऱ्या पाण्यापेक्षा अधिक रुचकर असते असे म्हटले तर ते अगदीच खोटे ठरेल काय?

तसेच पाहिले तर आशा ही कधीच विकास न पावणारी कळी आहे. उलट सिद्धी हे पूर्ण विकास पावलेले फूल आहे. कोमेजून जाण्याची आपत्ती ओघानेच त्या फुलाच्या मागे लागते. आशेला वेडी म्हणणारेच खरोखर वेडे असले पाहिजेत. सर्व जगाला वेड लावणारी ही मोहिनी वेडी असू शकेल काय? मी मी म्हणणाऱ्या बुद्धिवानांना आपल्या नुपुराच्या तालावर नाचायला लावणारी ही देवता निर्बुद्ध कशी असेल? कुंतीने ज्या कारणासाठी सुखापेक्षा दुःखच देवापाशी मागितले तशाच कारणांसाठी सिद्धीपेक्षा आशेचीच याचना मानवी हृदय करणार नाही काय? मोत्यांच्या आशेने समुद्रात बुडणाऱ्या पाणबुड्याला त्याच्या लाटांच्या झोल्यावरील सुख मिळत नाही हे स्वाभाविकच आहे.

■

अहंकार

रावळपिंडीकर बुवांच्या कीर्तनाला लोकांचा नुसता तोबा उडाला होता. सरकारला गावची शिरगणती देवळातले लोक मोजूनच करता आली असती इतकी विलक्षण गर्दी कीर्तनाला झाली होती. अंगावरील मुले घेऊन लेकुरवाळ्या गरीब बाया व अंगाखांद्यावरले घालून श्रीमंत स्त्रिया कीर्तनाला हजर होत्या. बुवांच्या मागून त्यांचे शिष्य व पुढून तान्ही मुले त्यांच्या गाण्याला साथ देत होती. देवळाचा उंबरठा न ओलांडणाऱ्या इंग्रजी शाळेतील मुलापासून देवळाचे उंबरठे झिजविणाऱ्या वृद्धांपर्यंत सर्व मंडळी पुरुषांच्या दरबारात विराजमान झालेली होती. काही भाविक श्रोते मधून मधून शेजारच्या मनुष्याच्या अंगावरही पडत असत. ज्यांच्या अंगावर तो भार पडे तो 'अहो झोपता काय?' म्हणून खेकसत असे. पण खरोखरच हे भाविक श्रोते झोपत नसत. 'ब्रह्मानंदी लागली टाळी। कोण देहाते सांभाळी।।' अशीच त्यांची स्थिती कीर्तनामुळे होत असावी!

'टाळी घ्या महाराज' करीत व श्रोत्यांना पोळ्या न घालता त्यांच्या टाळ्या घेत बुवांनी कीर्तन संपविले. 'अहंकार' हा जेहत्ते कालाचे ठायी मनुष्यमात्राचा मोठा रिपू आहे. या अहंकाराचे पायी चौदा चौकड्यांचा राजा रावण चौकडे गमावून बसला. (हा चौकड्यांचा श्लेष (!) बुवांचाच आहे.) कीचकाच्या गळ्यात सैरंध्रीच्या बाहुपाशाऐवजी मृत्यूचा पाश पडला, तस्मात् 'अहंकाराचा त्याग केला पाहिजे' असे त्यांनी मोठ्या

कळकळीने बजावले.

(अहंकाराऐवजी परदाराभिलाषावरही हेच कीर्तन चांगले रंगले असते असे मला वाटल्यावाचून राहिले नाही!)

'हेचि दान देगा देवा' (मनात- बिदागीचा विसर न व्हावा) झाले. तोंडाला विसावा देऊन बोवांनी पायांचे काम सुरू केले. मंडळी पायाला हात लावून चालली असतानाच बुवा विचारतात 'का हो, कीर्तन कसे काय झाले?' जवळच्याच एका अहोरूपमहोध्वनीने उत्तर दिले 'वा, विचारता काय? नारदऋषीच उतरले होते आपल्या मुखात.' बुवांच्या तोंडावर हास्य झळकले. ते हास्य पाहताच मलाही हसू कोसळले. बुवांच्या मुखात अवतरलेल्या नारदाची शेंडी ताठच्या ताठ राहावयाची म्हटले तर बुवांना आ वासून राहावे लागणार, वगैरे विचारांपेक्षाही 'जेहत्ते अहंकाराचा त्याग केला पाहिजे' असे सांगून कीर्तनावरील अभिप्राय अहंकाराच्याच भावनेने स्वीकारणाऱ्या बुवांची मला जास्त गंमत वाटली.

तसेच पाहिले तर अहंकाराने कुणाला सोडलेले आहे? आरशात चेहरा पाहण्याचा मोह अष्टावक्र अगर कुब्जा यांना तरी आवरतो काय? क्रिकेटच्या खेळात स्वत: चेंडू झेलल्यावेळी होणारा विचित्र उत्कट आनंद इतरांना- ते आपल्या पक्षाचे असले तरी— होतो का? उत्कृष्ट लेख वाचून होणारा आनंद व आपला लेख मासिकात आलेला पाहून होणारा आनंद यात दुसऱ्या प्रकारचा आनंदच अधिक उत्कट असतो की नाही? शाळेतल्या मुलांनी सर्व शिक्षकांवर सादर प्रेम केले पाहिजे ते तत्त्व तोंडाने प्रतिपादन करीत असताही मुलांचे प्रेम आपल्यावर जास्ती आहे याबद्दल शिक्षकाला अभिमान वाटतोच की नाही? सर्व पुढाऱ्यांचे उद्दिष्ट समाजाचे हित असले तरी लोक आपल्याच मुठीत असावेत अगर लोकांनी आपल्याच मताप्रमाणे वागावे असे प्रत्येकाला वाटतेच की नाही? अगदी विचित्र उदाहरण घ्यावयाचे तर पत्नी व माता या दोघींवरही प्रेम करणे हे पुरुषाचे कर्तव्य आहे हे माहीत असूनही 'माझा बाळ किनई काही बाईलवेडा नाही, बायकोशी बोलायचा देखील नाही उभ्या वर्षात' अशी फुशारकी मिरविणाऱ्या सासवा समाजात दिसतातच की नाही?

स्वसंरक्षणाच्या दृष्टीने अहंकाराचे समर्थन करता येईल. माझी शाळा, माझी जन्मभूमी, माझा देश या सर्व कल्पना जर काव्यमय व उदात्त तर बापड्या अहंकारानेच असे काय हरिदासांचे व पुराणिकांचे घोडे मारले आहे की, त्याच्या कपाळी वाईटपणाचा छाप मारला जावा? 'माझा नंबर वर्गात पहिला आहे' हे सांगताना जर अंत:करणाला गुदगुदल्या होत नसत्या तर तो नंबर मिळविण्यासाठी पहाटेची साखरझोप सोडून अभ्यासाचा किरायती काढा कुणी पत्करला असता?

अहंकाराच्या चिखलातच सत्कृत्यांची कमळे उगवतात. शिडीची पहिली

पायरी, उन्नतीची चढण चढविणारी प्रेरक शक्ती, श्रमाच्या घर्मबिंदूंना मोत्यापेक्षाही अधिक मोहकरूप देणारी जादुगारीण, शरीरस्थ महारिपु जो आळस त्याचा नि:पात करणारी देवी, काय वाटेल ते नाव दिले तरी मूर्ती एकच असते व ती अहंकाराचीच होय.

पण अहंकार धृतराष्ट्राप्रमाणे आंधळा असला की कुलक्षयाला कारणीभूत झालाच म्हणून समजावे. आपल्याप्रमाणे इतरांनाही अहंकार असतो हे जोपर्यंत कळते तोपर्यंतच अहंकाराचे फायदे मनुष्याच्या पदरात पडतात. या रेषेपलीकडे पाऊल गेले की मानवी मनोवृत्ती सीतेप्रमाणे दुष्ट रावणाच्या ताब्यात सापडतात. 'ईश्वरोऽहं अहं भोगी' वगैरे आसुरी संपत्तीचे वर्णन आंधळ्या अहंकारालाच लागू पडते. साखरेसारख्या गोड पदार्थांच्या अतिरेकाचा शेवट रोगातच होतो. सावली देणारी झाडे किर्र वाढली की हवा बिघडून जाते. तसेच अहंकाराचेही आहे. अहंकाराचे उच्चाटन करावयाचे नसून त्याच्या अतिरेकाचे मात्र केले पाहिजे.

व्याकरणाचा आरंभ अहंकारानेच होतो. 'मी- आम्ही' प्रथम पुरुष, हे पाठ केल्यावाचून व्याकरणात स्वार्थदेखील कळत नाही! पण एकवचनाबरोबर अनेकवचन व प्रथम पुरुषाबरोबर द्वितीय-तृतीय पुरुष लक्षात घ्यावे लागतात. जीविताच्या व्याकरणातही हाच नियम अमलात आणला तर 'जेहत्ते कालाचे ठायी' अहंकाराची निंदा करण्याची रूढी खास नाहीशी होईल.

■

मनुष्य व यंत्र

दुधाची तहान ताकावर भागविणारे जगात पुष्कळ सापडतील. पण दूध सोडून मुद्दाम ताकाकडे वळणारा 'चक्रं' तक्रपंडित विरळाच आढळायचा. मोटार टाकून खटाऱ्या गाडीने जाण्याचा माझा विचार ऐकून माझ्या मित्रांनीही मला या पंडिताच्याच पंक्तीला बसविले. मीही 'तक्रं शक्रस्य दुर्लभम्' या वचनाबरहुकूम 'खटारा राज्ञोऽपि दुर्लभ:' हे सुभाषित त्यांच्या अंगावर फेकले. त्यांच्यापैकी ज्यांना संस्कृतचा गंध नव्हता त्यांना हे वचन ऐकताच मी मनुस्मृतीच्या आधारानेच खटाऱ्यात प्रवास अंगीकारीत आहे असा भास झाला असावा.

खटाऱ्याची जादू बेबी ऑस्टिनमध्ये देखील दिसणार नाही. धावत जाणारी मोटार कबंध राक्षसाप्रमाणे वाटते. पण खळखळ वाजणाऱ्या बैलांच्या गळ्यातील घुंगरांच्या तालावर खडखड करीत येणारा खटारा एका हातात खुळखुळा व दुसऱ्या हातात पांगुळगाडा घेऊन पावले टाकणाऱ्या बालकासारखा भासतो. भुर्रकन् उडणाऱ्या पाखराप्रमाणे मोटारीचा प्रवास होतो तर बैलगाडीत डौलाने मिरवत जाणाऱ्या हत्तीवरून प्रवास केल्यासारखे वाटते. जुन्या काळातील अघळपघळ आगतस्वागत व नव्या मनूतील मोजक्या शब्दांनी होणारा पाहुणचार यात जितके व जसे अंतर भासते तितके व तसेच बैलगाडी व मोटार यांच्यात आहे. मोटार हाकणाऱ्याचे सगळे लक्ष आपल्या हातातील 'सुदर्शना'कडे असते. केवढाही मोठा प्रवास असला

तरी त्याची व आपली तोंडओळख होत नाही. उतारूचा हात खिशातून पैसे काढतो व त्याच्या हातात ठेवतो. हे पुण्याहवाचन झाले की त्याचे डोळे वाटेकडे (उतारूच्या नव्हे तर लोकल बोर्डाच्या) लागतात. खटाऱ्याचा व्यवहार असा यांत्रिक, औपचारिक व प्रेमशून्य नाही. गाडी चालू लागताच गाडीवाला 'काय दादा, इडीबिडी वढता ना?' असा प्रश्न करू लागतो. विडीभाऊचे नाते आपण मान्य केले नाही तरी पुष्कळ वर्षांनी भेटलेल्या निकटच्या आप्ताप्रमाणे तो धंदा, पगार, पोरेबाळे इत्यादिकांची जिव्हाळ्याने चौकशी करू लागतो. गाडीत बरोबर एखादा लहान मुलगा असल्यास त्याची आपल्या पुत्रपदावर स्थापना करण्याचा उदारपणा दाखवायलाही तो कमी करीत नाही. फार काय मध्यरात्र उलटून गेल्यानंतर सर्व प्राणी जेव्हा पेंगू लागतात तेव्हा आपल्या सूत्रधाराच्या जागेवरच तो मुटकळी करून पडतो व घोरता घोरता आपल्या हातापायांचा प्रसाद जवळच्या उतारूला देतो. जणू काय 'वाजिव रे! बैला! वेल्हाळा! खणखण घुंगुरवाळा' असे तो स्वप्नात गात असतो व गाता गाता 'वेल्हाळा'ची पाठ धोपटीत असतो.

एका तासाच्या मोटारीच्या सुखद प्रवासाच्याऐवजी दहा तासांच्या रात्रीचा जागरणाचा प्रवास मी का पत्करला हे माझे मलाच कोडे पडले. वादळात सापडलेल्या होडीप्रमाणे आमची गाडी चालली असताना मी या कोड्याचा विचार करू लागलो. चटकन मला आढळून आले की माझ्या या निवडीच्या मुळाशी एक मोठा लढा आहे व तो मनुष्य विरुद्ध यंत्र हा होय.

मोटारीला एकच शिंग (Horn) असते तर खटाऱ्याला चार शिंगे (दोन्ही बैलांची धड असल्यास) असतात. असला शाब्दिक युक्तिवाद खटाऱ्याची निवड करताना मी माझ्या मित्रांशी केला होता. पण खरे सांगायचे तर तो माझा मलाच पटला नव्हता. खटाऱ्यात बसल्यानंतर मात्र मला स्पष्टपणे आढळून आले की त्याच्यात मोटारीपेक्षा कमी माणसे बसत असली तरी माणुसकी जास्ती असते. ही माणुसकी येते कोठून? अर्थात गाडी ओढणाऱ्या बैलांमुळेच! वाटेत गाडीचा तळ दिसताच तिकडची ओढ बैल घेऊ लागतात आणि घर, जन्मभूमी यांच्या आकर्षणाची आठवण करून देतात. 'या निशा सर्व भूतानां तस्यां जागर्ति संयमी' हा श्लोकार्ध पाठ म्हणून गीताजयंती दिवशी एखादे बक्षीस त्यांनी मिळविले नसले तरी तो श्लोकार्ध ते प्रत्यक्ष आचरणात आणतात. त्यांची चाल मंदावलेली पाहताच गाडीवान सपासप चाबूक मारू लागतो. अशा वेळी अभ्यासात मागे पडलेला विद्यार्थी व मारका मास्तर यांचे दृश्य डोळ्यापुढे उभे राहते. अरुंद व उंचसखल रस्त्यातून अमावस्येच्या अंधारातही उतारूंना सुरक्षित नेण्याचे काम बैल बजावीत असतात. या सर्व कारणांमुळे मुक्कामाला पोचताच गाडीवाला, बैल व धक्के या सर्वांची रजा घेताना बैलांच्या पाठीवर थाप माराविशी वाटतेच वाटते.

जिथे हृदयाला जागा आहे व भावनेचा खेळ आहे तिथेच मानवी मन रमते. फोनोग्राफ शास्त्रज्ञांच्या बुद्धिमत्तेचा दर्शक आहे, पण त्याच्या गाण्यात गायकाच्या म्हणण्यातील जिव्हाळा प्रतीत होत नाही. फोनोग्राफातील 'राजस बाळा' निर्विकार मनाने ऐकता येते. पण तेच रंगभूमीवर रंगले की, डोळ्यातून अश्रूगंगा वाहू लागतात. विसाव्या शतकातील रॉबिन्सन क्रूसोला एक चांगला फोनोग्राफ व पुष्कळ गाण्यांची रेकॉर्ड्स दिली म्हणून मनुष्याच्या शब्दांसाठी आसावलेले त्याचे अंत:करण तृप्त होईल का? 'स्वयमपि लिखितं स्वयं न वायचति' अशा मासल्याचे पतीचे पत्र टाईप करून पाठविलेल्या पत्रापेक्षा पत्नीला अधिक प्रेमळ वाटतेच की नाही? हातातील घड्याळावर दृष्टी ठेवून शिकविणाऱ्या शिक्षकापेक्षा 'विद्यानंदी लागली टाळी' अशा स्वभावाच्या व शिकविताना वेळेचे भान न राहणाऱ्या शिक्षकाच्या विषयातच मुलांना अधिक गोडी लागते. रात्रीचे जागरण आरोग्यदृष्ट्या चांगले नसते हे वनवासी रामचंद्राला माहीत नव्हते असे नाही. पण सीतामाईबरोबर गोष्टी करताना 'अविदितगतयामा रात्रिरेवं व्यरंसीत्' अशी त्यांची स्थिती झालीच की नाही?

मनुष्यातून हृदय उणे केल्यावर जी बाकी उरते त्याला यंत्र म्हणतात. वैद्याने आपल्या हाताने विष तयार केले असले तरी ते जसा त्याचा प्राण घेते त्याचप्रमाणे यंत्राचीही स्थिती असते. राज्यपद्धती काय अगर सामाजिक रूढी काय यंत्रासारख्या आहेत असे म्हणणे हा त्यांचा गौरव आहे असे बहुतेकांना वाटते. पण ऊस असो अगर मालकाचा हात असो तो पिळून काढायचा एवढेच जसे चरकाला समजते, त्याचप्रमाणे या यांत्रिक रूढीची स्थिती झालेली असते. वरिष्ठांचा हुकूम आला की शिपायाला 'का' हा प्रश्न करता येत नाही. या यांत्रिक कामगिरीमुळेच त्याला निर्दय व्हावे लागते.

सुधारणेच्या या काळात यंत्रांची वाढ झाली आहे. एवढेच नव्हे तर मनुष्यही हळूहळू यंत्रासारखा बनू लागला आहे. आठवड्यात सहा दिवस यंत्रासारखे काम केल्यानंतर उगवणाऱ्या स्वच्छंदी रविवाराप्रमाणे त्याच्या यांत्रिक जीवनात बैलगाडीसारख्या गोष्टी निराळीच गोडी निर्माण करतात. रविवारचे तास चोवीसच असतात. त्या दिवशीचा सूर्यही नेहमीसारखाच असतो. पण रविवारची सर (निदान इंग्रजी राज्यात तरी) इतर वारांना येणे शक्य आहे काय?

■

उपचार

'माझ्या पत्राला उत्तर का नाही? दोन पैशात चहाचा एक पेला मिळतो हे तत्त्व मनात ठसल्यामुळे का पत्राची उत्तरे धाडण्याचे सोडून दिलंत? कृपा करून माझ्या सर्व मागील पत्रांची उत्तरे पाठवा.' असे परवाच मला एक पत्र आले. जन्मामागून जसा मृत्यू ठेवलेला त्याप्रमाणे पत्रामागून उत्तर हा क्रमही माझ्या बाबतीत पूर्वी ठरून गेला होता. पण हिंदू धर्मात मनुष्याची सुटका नुसत्या मृत्यूने न होता त्या मृत्यूच्या मागोमाग पुन्हा दुसरा जन्म जसा येतो त्याप्रमाणे त्या उत्तराचे उत्तर येऊन पत्रव्यवहार उत्तरोत्तर वाढताच होतो. एका पत्राला उत्तर पाठविणे म्हणजे 'पुनरपि जननं पुनरपि मरणं'च्या चक्रात कायमचे सापडणे हा मला अनुभव आला. ज्याचे संपूर्ण नाव त्याचा बाप व मराठी शाळेतील मास्तर यांच्याखेरीज दुसऱ्या कुणालाही माहीत असणे शक्य नाही अशा एखाद्या मनुष्याचे पत्र आले तरी त्याचे उत्तर देखील उलट डाकेने धाडायचे असा माझा बाणा होता. पण त्यामुळे माझा टपालखर्च शुक्लेंदुवत् वाढू लागला याची मला शुद्धीच नव्हती. शुक्लेंदूच्या वाढीला पौर्णिमेची तरी मर्यादा असते व शुक्लपक्षात झालेली त्याची चांदण्याची उधळपट्टी वद्यपक्षात भरून निघते. पण माझ्या टपालखर्चाच्या बाबतीत तोही संभव नव्हता. केवळ पत्रांची उत्तरे पाठविता पाठविता हात दुखून जाऊ लागल्यामुळे इतर लेखनावर पाणी सोडण्याची वेळ आली. घरात लग्न अगर मुंज असल्याप्रमाणे पोस्टावर कार्ड-पाकिटांची दररोज

मागणी होऊ लागली. शाईचे कारखानदार व टाकांचे दुकानदार माझे नाव आपल्या आश्रयदात्यात अग्रस्थानी घालणार असा रंग दिसू लागला. 'कृतानेक शिरसाष्टांग नमस्कार' इतके वेळा दररोज लिहिण्याची पाळी येऊ लागली की, त्या नमस्कारांच्या व्यायामाने माझी प्रकृती सुधारणार असे भोवतालची मंडळी म्हणू लागली. एखाद्या गरीब कुटुंबाचा सहज चरितार्थ चालेल एवढी रक्कम निष्कारण पत्रव्यवहारात मी खर्च करीत आहे, हे बरेच दिवसांनी माझ्या लक्षात आले व 'काय म्यां पामरे लिहावी उत्तरे' या संतोक्तीसारख्या भासणाऱ्या शब्दांनी मी माझ्या पत्रपरिचित परिवाराची रजा घेतली.

मी जसजसा विचार करू लागलो तसतसा पत्र हा शुद्ध उपचार आहे हे माझ्या लक्षात आले. इंग्रजी राज्याचे आमच्या या देशाला काय फायदे झाले असतील ते असोत - पारतंत्र्यापेक्षाही मोठा असा झालेला आमचा तोटा म्हणजे दोन पैशांत एका गावाहून दुसऱ्या गावाला पत्र जाणे हा होय. 'थेंबे थेंबे तळे साचे' या म्हणीप्रमाणे 'थेंबे थेंबे तळे आटे' ही म्हण रूढ नसली तरी ती पहिलीइतकीच सत्य आहे. एक कार्ड दोन पैसे म्हणजे हिंदुस्थानच्या माणसाच्या दररोजच्या सरासरी मिळकतीचा तिसरा हिस्सा खाऊन टाकते आणि या कार्डात लिहावयाचे काय असते? तर 'इकडे अद्यापि पाऊस नाही.' (ही बातमी त्या बाजूच्या वर्तमानपत्रात वाचावयाला मिळते.) 'आपण सुट्टीत आमच्याकडे दोन दिवस अवश्य राहावयाला यावे.' (दोन दिवसांचा भोजनखर्च वाचविण्याकरिता पन्नास रुपये खर्च करून यांच्याकडे जाण्याचा हा उदार सल्ला कितीकांना पटेल हा प्रश्नच आहे.) 'आपली परवाची गोष्ट मागच्या गोष्टीइतकी चटकदार वाटली नाही.' (टीकात्मक लेख कोणीही मासिक घेणार नाही म्हणून गनिमी काव्याने लेखकावर हल्ला चढविण्याची ही युक्ती असते.) इत्यादी महत्त्वाच्या गोष्टी! अशा पत्रांचा वर्षाव होऊ लागला व उपचाराच्या शृंखलेने मन चडफडत का होईना त्यांना उत्तरे लिहावयाला प्रवृत्त झाले म्हणजे टपाल लवकर आणणाऱ्या आगगाड्यांचाच नव्हे तर शिक्षणप्रसार करणाऱ्या शाळांचादेखील राग येतो. अहाहा! तो जुना काळ किती सुखाचा होता. त्या वेळी हिंदुस्थानातून सोन्याचा धूर निघत असो वा नसो, त्या वेळी आपल्या नावावर दररोज पत्रांचा गठ्ठा येण्याची भीती व त्या गठ्ठ्याला उत्तरे धाडली नाहीत तर स्वत:वर येणारा अहंमन्यतेचा आरोप या दोन्हीपासून आर्य लोक मुक्त होते.

पत्रांच्या बाबतीतला हा उपचार इतरही बाबतीत असाच त्रासदायक झालेला आहे. घरी कुणी आला की चहा द्यायची पद्धत या उपचारांपैकीच आहे. या उपचाराच्या दास्याचा फायदा लबाड लोकांना करून घेता येणार नाही असे नाही. आपली अंडी कोकिळेकडून उबवून घेणाऱ्या कावळ्याप्रमाणे चहाची हुक्की आली की, उपचारांच्या भक्तांच्या घरी अशा लोकांनी खुशाल उठून जावे म्हणजे बिनपैशाने

त्यांना चांगला चहा मिळाल्यावाचून राहणार नाही. धट्टाकट्टा भिकारी दारात येऊन उभा राहिला तरी त्याच्या पदरात मूठभर दाणे घातलेच पाहिजेत. नाहीतर दिसायला वाईट दिसते. एखाद्या टोळभैरवाने घरात येऊन ठाणे दिले तर त्याला जेवायला घातले पाहिजे, नाहीतर गृहस्थधर्माला बाध येतो. एखादा वरून धुवट सोवळा मनुष्य भेटावयाला आला तर तोंडावर खोटे हास्य धारण करून त्याला या, बसा, म्हटले पाहिजे. कारण जग तसेच वागते.

ही खोटी भीडच सर्व उपचारांच्या मुळाशी आहे. 'औपचारिक' हा शब्द जितका जाडा तितकाच पोकळ आहे. मुलाम्याच्या दागिन्यांनी लोकांना फसविता येईल, पण आपल्यापाशी मौल्यवान वस्तू आहे असे मनाचे समाधान त्याच्यामुळे होऊ शकेल काय? औपचारिकतेचा भोपळा बांधून जनसमुद्राच्या पाण्यावर तरंगत राहण्यात विशेष फायदा कधीही होत नाही. त्या समुद्राच्या तळाशी असलेली मोत्ये जर पाहिजे असतील तर तो भोपळा दूर भिरकावूनच दिला पाहिजे. घटोत्कचाच्या बाजारातील वस्त्रालंकाराप्रमाणे औपचारिक शब्द, औपचारिक पत्रे, औपचारिक स्वागत, सारांश— सर्व औपचारिके असतात. रूढीला बळी पडून खऱ्या धर्माला विसरणाऱ्या जनतेप्रमाणे औपचारिकतेला बळी पडून खऱ्या प्रेमाला, निर्भीड बोलण्याला, स्वतंत्र विचाराला पारखे होण्यात काय मतलब आहे? उपचार पाहिजेच असतील तर ते 'बोलाचीच कढी बोलाचाच भात' या मासल्याचे नकोत. रोग्याचे दुःख हलके करण्याकरिता डॉक्टर जे उपचार करतो त्याच जातीचे असू देत.

∎

काळोखाचे दिवस

"आले आता अंधाराचे दिवस, कुठं लांब फिरायला जायची सोय नाही. तिन्ही सांजा व्हावयाच्या आत घरी आले पाहिजे. फार वाईट बुवा हे काळोखाचे दिवस" गोविंदराव उद्‌गारले.

"ज्याने चांदण्याचे दिवस केले त्यानेच हे काळोखाचे दिवस उत्पन्न केले ना? मग त्याची निंदा करणे म्हणजे प्रत्यक्ष ईश्वराचीच निंदा करणे नाही का?" कोटिक्रमाच्या कात्रीत दुसऱ्याला पकडण्याच्या माझ्या स्वभावाला अनुसरून मी चटकन बोलून गेलो. पण गोविंदरावांना अंधाराच्या दिवसांचा आलेला राग अशाने थोडाच मावळणार होता! संध्याकाळची सहल म्हणजे त्यांच्या सुखाचे सर्वस्व! जितके पाय मोकळे करावे तितके मन मोकळे होते हा त्यांचा ठाम सिद्धान्त! आमच्या गावातील संध्याकाळी गप्पाष्टके झोडीत बसणाऱ्या माणसांविषयी बोलताना ते म्हणत 'या मनुष्याचे पोट म्हणजे एक अजब चीज आहे. हे लोक पैसे खाऊन ते सहज पचवितात, पण हवेसारखी अगदी हलकी वस्तू थोड्या प्रमाणात खाल्ली तरी ती यांना बाधते असे दिसते.' आपल्या हवा खाण्याच्या नादाचे समर्थन करताना शिवाजी महाराजांचा आधार द्यायलादेखील ते कमी करीत नसत. शिवाजी महाराज मिठाईच्या पेटाऱ्यात बसून आग्र्याहून गुप्तपणाने पसार झाले याचे कारण त्यांना आपल्या कैदखान्यात हवा खायला मिळत नसावी हेच होते असे ते एकदा

आवेशाच्या भरात बोलून गेले होते.

असले हवाभक्त गोविंदराव मी पुढे केलेल्या ईश्वराला थोडीच भीक घालतात! ते तत्काळ उत्तरले, ''या ईश्वराविरुद्ध माझी तक्रार आहे. शुक्लपक्षाच्या पाठोपाठ वद्यपक्षाचे शुक्लकाष्ट याने चिकटविले कशाला? महिनाभर चांदण्याचेच दिवस असते तर काय पृथ्वी बुडून जाणार होती?''

थट्टा करण्याच्या हेतूने मी म्हणालो, ''तुमच्यासारख्या सावांचे ठीक आहे. पण सारेच दिवस चांदण्याचे झाल्यावर चोर उपाशी नाही का मरणार?''

''असला चोरांचा पक्षपाती ईश्वर काय करायचा आहे आम्हाला?'' गोविंदराव रागारागाने म्हणाले.

''तुम्हीच पक्षपाती आहात. ईश्वर नाही. तो अंधार आणि चांदणे यांच्यात मुळीच दुजाभाव करीत नाही. गोविंदराव, तुम्हाला शुक्लपक्ष म्हणजे चांदण्याचे दिवस व वद्यपक्ष म्हणजे काळोखाचे दिवस वाटतात. दोन्ही पक्षात चांदणे तितकेच असते. शुक्लपक्षातल्या प्रतिपदे दिवशी वद्यपक्षातल्या चतुर्दशीपेक्षा अधिक चांदणे असते काय?''

चांदण्याच्या या व्यापारी हिशेबात पकडले गेल्यामुळे गोविंदराव रागाने म्हणाले, ''पहाटे दोन दोन वाजता फिरायला जायचे असते तर वद्यपक्षातल्या चांदण्याचा उपयोग झाला असता. चांदण्याला गणिताचे नियम लावून भागत नाही बरं.''

रात्री अंथरुणावर पडल्यावर हा शुक्ल व कृष्ण पक्षांचा वादच माझ्या मनात घोळू लागला. सुख-दुःखाविषयी गोविंदरावांप्रमाणेच आपण उद्‌गार काढत नाही काय? साधुवर्य तुकारामबोवा देखील 'सुख पाहता जवापाडे। दुःख पर्वताएवढे!' असे उद्‌गार काढतात. खरोखर या जगात सुख इतके कमी आहे काय? आणि सहारातील दुर्मीळ जलस्थलाप्रमाणेच जर ते जगात मिळायचे असेल तर सर्व सहारा भरून टाकण्याइतके मानवी मासे परमेश्वराने त्यात जन्माला कशाला घालावे? परमेश्वर सहृदय आहे म्हणतात, मग दुःखाच्या तापाने पोळून निघणारे संसाराचे वाळवंट तो मनुष्यांना तुडवायला कसे लावतो? तो न्यायी आहे म्हणे, पण पसाभर दुःखात चिमूटभर सुख मिसळून ते मिश्रण दुर्बळ मानवी प्राण्यांना खावयाला लावणे हा कुठल्या मुलखातला न्याय? अखिल विश्व ही परमेश्वराची लीला आहे असे कवी सांगतात, पण दुःखाने गांजलेली माणसे देवाला 'तुझा खेळ होतो, पण आमचा जीव जातो,' असे म्हटल्याशिवाय राहात असतील काय? परंतु जगात दुःख नाही असे कोणत्या तोंडाने मी म्हणणार? निढळाचा घाम गाळूनही सुखाचे चार घास ज्यांना मिळत नाहीत असे मजूर व शेतकरी, देवाने बुद्धी दिली असूनही ज्यांना आपल्या उन्नतीसाठी हातपाय हलविता येत नाहीत असे अस्पृश्य व स्त्रिया, औषधावाचून मरणारे रोगी, शिक्षणाकरिता तळमळणारे बालजीव, सुखाच्या एका

शब्दालाही महाग झालेल्या विधवा... कितीतरी पाहिलेली, ऐकलेली व वाचलेली चित्रे माझ्या डोळ्यापुढे येऊन उभी राहिली. पण ही चित्रे पाहूनही जगाचे नाटक करुणपर्यवसायी अगर केवळ करुणात्मक नाही असेच माझे मन मला आतून सांगत होते. हा वद्यपक्षातील अंधार आहे. शुक्लपक्षाइतकेच वद्यपक्षातही चांदणे असते हे तू विसरू नकोस असे माझे मन मला बजावीत होते.

पण जगात हा शुक्लपक्ष आहे कुठे? संसाराच्या अरण्यात हा सुखवृक्ष कधी कुणाला तरी दिसला आहे काय? शेत नांगरणाऱ्या शेतकऱ्यापासून राज्यशकट हाकणाऱ्या राजापर्यंत, शाळेत जाऊ लागलेल्या मुलापासून जग सोडण्याच्या बेतात आलेल्या वृद्धापर्यंत वाटेल त्याला 'जगात सुख अधिक का दुःख अधिक' हा प्रश्न विचारा. कोणत्याही प्रश्नावर एखाद्या कुटुंबाचे देखील एकमत होत नसले तरी या प्रश्नावर साऱ्या जगाचे एकमत आहे. 'दुःख! जिकडे तिकडे दुःख! श्वासागणिक दुःख, डोळ्याच्या पात्याच्या प्रत्येक लवण्यागणिक जगात दुःख आहे,' हेच या प्रश्नाला जगाचे उत्तर आहे.

मग जगात सुख आहे कुठे? महिन्यातला शुक्लपक्ष कुठे आहे? आठ प्रहरातले चार प्रहर कुठे आहेत? रत्नाकरातल्या नक्रसुरीप्रमाणे त्यातील रत्ने कुठे आहेत? की दुःखाच्या नगाऱ्यात सुखाची टिमकी ऐकू येत नाही हेच खरे?

सुख जगात आहे, पण ते आमच्यासमोर असूनही आम्हाला दिसू शकत नाही. दुःखाची कावीळ झाल्यामुळे आम्हाला सुखही दुःखरूपच दिसू लागते. प्रभू रामचंद्रांना वनवासाला जाताना सुख झाले की दुःख? पंचपक्वान्ने, पराच्या गाद्या आणि पाचूचे अलंकार यातच सुख साठविले आहे असे वाटणारे लोक बहुधा 'दुःख' असेच या प्रश्नाचे उत्तर देतील. पण वनवासाला जाण्याच्या वेळी प्रभू रामचंद्रांना जेवढा आनंद झाला तेवढा पुढे अयोध्येच्या सिंहासनावर आरूढ होताना देखील झाला नसेल. श्रीकृष्णाला अर्जुनाचा सारथी होताना जे सुख झाले असेल ते सोन्याच्या द्वारकेचा राजा म्हणून कधीतरी अनुभवायला मिळाले असेल काय? खरे सुख स्वतःच्या भोगात नसून इतरांकरिता केलेल्या त्यागात असते.

दिसताना हा सिद्धान्त विचित्र दिसतो व तो न पटल्यामुळेच जग दुःखमय मानण्याचा प्रघात पडला आहे. पण या सिद्धान्ताचा पडताळा वाटेल तेव्हा व वाटेल तिथं पाहावयाला मिळेल. रस्त्याने जाताना आपल्या पोशाखावर नजर खिळत आहे की नाही हे पाहण्यापेक्षा छत्री नाही म्हणून भिजत जाणाऱ्या अस्पृश्याच्या मुलाला आपल्या छत्रीत घेऊन घरी नेऊन पोचविण्याकडे लक्ष दिले तर या सुखाचा अनुभव येईल. आपल्याला मोटार ठेवता येत नाही म्हणून दुःखाने रडत बसण्यापेक्षा पायीच चालणाऱ्या एखाद्या भिकारणीच्या सोबतीने प्रवास केला, तिची हकिकत सहानुभूतीपूर्वक ऐकली, जवळच्या भाकरीपैकी एखादा चतकोर तिच्या पदरात

टाकला तर जो आनंद होईल, तो फाडकन मोटारीत चढून ताडकन उतरण्याने होईल काय? खरे सुख हे हृदयाने अनुभवायचे असते; डोळे, कान, जीभ यांच्या चवचाल लहरी म्हणजे सुख नव्हे. जे दिवस आपण काळोखाचे म्हणतो, त्यातही शुक्ल पक्षाइतकेच चांदणे असते. मात्र रात्री नऊ वाजता निजून सकाळी सातला उठणारांना ते दिसत नाही. एखादा जागृतसंयमी, अभ्यासी विद्यार्थी अगर कार्यनिष्ठेने तळमळणारा आत्मा यांनाच ते खिडकीतून आपल्या अंगावर पडलेले दिसते. ∎

नीचपणा नको

'शास्त्राद्रुढिर्बलीयसी' या म्हणीप्रमाणे व्यवहारापेक्षा समजुतीची पकड जास्ती असते हा अनुभव त्या दिवशी मला आला. 'श्रीमंतीत सुख अधिक की गरिबीत सुख अधिक' या विषयावर बोलताना जीभ गरिबीचेच गोडवे गाऊ लागली. श्रीमंतीचा धूर डोळ्यावर लवकर येतो व जेथे धूर तेथे अग्नी या न्यायाने त्या डोळ्यात निर्दयपणाची आग दिसू लागते. ज्या समुद्रातून हलाहल निघाले त्याच समुद्रातून लक्ष्मी निघाली. विषाच्या सख्ख्या बहिणीचा स्वीकार करून कुणालाही फायदा होणे शक्य नाही. अशा रितीने श्रीमंतीची परोपरीने निंदा करून ज्या अर्थी गरिबीवर लक्ष्मीची अवकृपा असते त्या अर्थी सरस्वतीची तिच्यावर कृपाच असली पाहिजे असा सिद्धात ठोकून द्यायलाही मी मागेपुढे पाहिले नाही. हे सगळे वक्तृत्व डोक्यात घोळत असतानाच मला झोप लागली आणि मला एक स्वप्न पडले.

ज्या लक्ष्मीवर मी वक्तृत्वाच्या भरात तोंडसुख घेतले होते ती रागारागाने माझ्याकडे पाठ करून घरातून चालती झाली असे मला दिसले. उजाडले नि मी अंथरुणावरून उठलो. चूळबीळ भरून टाकून स्वयंपाकघरात पाऊल टाकतो तो 'चहा नाही घरात' हे तिचे शब्द तापलेल्या तेलाप्रमाणे कानात शिरले. तोंडात ऊन चहा पडण्याऐवजी कानात तापलेले तेल पडले म्हणून थोडाच आनंद होणार होता? मी चटकन चहा आणण्यासाठी कोट अंगावर चढवला, पण खिशात पैसे खुळखुळलेले

ऐकू येईनात. खिशातून पाकीट काढून पाहिले तो ते वर्गात झोपा काढणाऱ्या विद्यार्थ्यांच्या डोक्याप्रमाणे रिकामे! शनिमहात्म्यातील खुंटीने हार गिळला त्याप्रमाणे पाकिटाने माझे पैसे तर खाल्ले नाहीत ना असा संशयही मनात आला. पाकीट खिशात टाकून लगेच किल्ल्या काढल्या व ट्रंक उघडली पण ट्रंकेतील वाटीनेही आपल्या अंगाखांद्यावरलं सगळं उतरून ठेवलेलं आढळलं. आमच्या पैशांच्या टाकीत असा ठणठणाट झालेला पाहून तिच्याकडे चार दोन पैसे शिल्लक आहेत की काय हे पाहावयास गेलो, पण 'विष खायलादेखील माझ्यापाशी पैसा नाही' असे गृहलक्ष्मीने उत्तर दिले. यापुढे म्हणीच्या पुस्तकातही 'चहा प्यायलादेखील पैसा नाही!' असा बदल करण्याची सूचना करण्याचे ठरवून चहा उधार आणण्याकरता मी बाजारात गेलो. नेहमीच्या दुकानदाराकडे जाऊन मागणी करताच बशीएवढे डोळे करून तो म्हणतो, 'मागची बाकी आणून द्या ना राव, का चहाबरोबर आमचं सबंध दुकानच गट्ट करण्याचा विचार आहे?' तोंडात मारल्याप्रमाणे खाली मान घालून मी परतलो. इतक्यात मागून येऊन कुणीसे माझ्या दंडाला धरले. पाहतो तो कापडवाला! छातीत धस्सच झालं. 'बाकी काय मुदतीबाहेर घालवायची आहे वाटते?' मांजरपाटापेक्षाही राठ अशा त्याच्या तोंडातून तोफेचा गोळा बाहेर पडला. 'आमच्याकडून कापड नेऊन आम्हाला नागविण्याचा कावा चालणार नाही हं-हा!' चहा उधार मिळण्याची आशा सोडून वाघ पाठीला लागल्याप्रमाणे मी घराकडे पोबारा केला. घरी येऊन पाहतो तर हनुमान, राम, कृष्ण वगैरे आमचे देव व चिंगी, रंगी वगैरे देवता घरातच उभ्या! 'अजून शाळेला नाही का गेलात?' म्हणून जरा खेकसून त्यांना विचारले, 'चहा नाही झाला बाबा अजून' असा एकमताने ठराव पास करून 'फी द्या आमची बाबा, नाहीतर मास्तर आम्हाला शाळेत घेणार नाहीत,' हा ठरावही त्यांनी पुढे मांडला. मास्तर, फी, शिक्षण वगैरे सर्वांना मी शिव्यांची लाखोली वाहणार इतक्यात घराचा मालक माझ्यासमोर दत्त म्हणून येऊन उभा राहिला. याचं घराचं भाडं चुकविलं नाही तर हा मला बिनभाड्याचं घर दाखविणार असे वाटून माझ्या अंगाला दरदरून घाम सुटला आणि त्यामुळेच मी स्वप्नातून जागा झालो. जागा होऊन पाहतो तर घामाखेरीज सर्व खोटे! तरी बरा वेळेवर जागा झालो म्हणावयाचा! नाही तर लक्ष्मीच्या अवकृपेच्या आणखी काय काय लीला दिसल्या असत्या कुणाला ठाऊक!

श्रीमंतीची उंचावर असलेली द्राक्षे आंबट आहेत असे म्हणण्यात विशेष काहीच पुरुषार्थ नाही. ती द्राक्षे मिळविण्याकरिता उड्या मारण्याचे जोपर्यंत कुणी सोडत नाही तोपर्यंत त्याच्या या आंबट शेऱ्यावर खुद्द त्याचा स्वत:चा देखील विश्वास बसणार नाही. आता द्राक्षे प्रकृतीला हितावह असूनही त्यांचा दुरुपयोग केला तर त्यांच्यापासून उन्मादकारक आसव निर्माण करता येते. श्रीमंतीचेही असेच आहे.

ती ख्यालीखुशालीत खर्च झालेली दिसून येते. म्हणूनच तिची निंदा करायची की काय? तिचा अपव्यय होत असला तर तो दोष तिचा की मनुष्याच्या कमकुवत मनाचा? रत्नांनी परिपूर्ण असलेला सागर कधीच गढूळ होत नाही, पण गुडघाभर पाणी असलेला पावसाळ्यातला ओढा होतो. अर्थात, या दोषाचे खापर पाण्याच्या माथी फोडणे कधीच योग्य होणार नाही.

'नीचपण बरवे देवा' असे तुकारामबोवाही म्हणतात. मग श्रीमंती उंचपण बरे कसे हा प्रश्न सहजच उत्पन्न होतो. नीचपणाचे फायदे प्रथमदर्शनी फार वाटतात, पण सूक्ष्म विचार केला तर नीचपणातदेखील उंचपणाइतके तोटे आहेत असे आढळून येईल. मुंगीला साखर मिळत असली तरी ती पदोपदी पायाखाली चिरडलीही जाते. महापुराने वाहून जाणाऱ्या झाडांना एखाद्या देवालयातील खांब होण्याचा मान मिळण्याचा तरी संभव असतो पण जागच्या जागी कुजून जाणाऱ्या लव्हाळ्याच्या नशिबी ते कुठून असणार?

गरिबीत सुख आहे असे म्हणण्याची रूढी पडली आहे एवढेच! पोटात आग पेटली असता कोणता मनुष्य शांत राहू शकेल? पायात नसल्यामुळे गरिबांच्या पायांना बसणारे चटके त्यांच्या हृदयापर्यंतही पोचत नाहीत काय? आपल्या आयाबहिणींना लाज राखण्यापुरतेही वस्त्र मिळत नाही हे पाहून मनुष्य लाजेने मान खालीच घालणार नाही काय? शेजारघरचे दूध पाहून त्याचा हट्ट धरणाऱ्या मुलाला पिठात पाणी कालवून देताना आईच्या हृदयात जी कालवाकालव होत असेल त्याला सुख म्हणण्याइतका निर्दय मनुष्य उभ्या जगातदेखील सापडणार नाही. रिकाम्या डोक्यात सैतान आपले बिऱ्हाड करतो असे म्हणतात, पण रिकाम्या पोटात त्याला डोक्यापेक्षाही हातपाय पसरायला ऐसपैस जागा मिळते हे आम्ही लक्षात घेत नाही.

श्रीमंतीची कायम ठशाची निंदाही त्याच मासल्याची! चारुदत्त अगर दासबाबू हे काय श्रीमंत नव्हते? पण त्यांच्याप्रमाणे होऊ नये असे कुणाला बरं वाटेल? झाड फळांनी ओथंबले तरी ते स्वत: त्यातली फळे कधीच खात नाही. तशी वृत्ती असल्यावर कुणी कुबेराची सारी संपत्ती आणून पायावर ओतली तरी त्या मनुष्याच्या डोळ्यावर कसला धूर चढणार आहे? हृदयाची श्रीमंती असल्यावर ऐहिक श्रीमंतीचा सदुपयोगच होतो. श्रीमंती हे मद्य व गरिबी हे दूध आहे असे मानण्याचा प्रघात आहे, पण सामान्य मनुष्याच्या अंत:करणाचा कौल घेतला तर श्रीमंती हे मद्य असले तरी गरिबी हे हलाहल आहे असे आमचे उत्तर येईल.

■

लग्न

'कुठे जाऊ? महाराज, या स्नेहशून्य जगात मी एकटा कुठे जाऊ! जिकडे पाहावे तिकडे मला अंधार दिसत आहे. नवी माणसे, परके चेहरे आणि आपलेपणा नसलेली मने यांच्यामध्ये मी जीवित कसे कंठू?'

राजकवी टेनिसनच्या 'मॉर्ट डी ऑर्थर' या सुंदर काव्यातील सर विडिव्हिअरचे हे उद्‌गार शिकविताना माझ्या अंत:करणात एकदम कालवाकालव झाली. पराक्रमी ऑर्थर राजाचा शूर सरदार पुरुषासारखा पुरुष असून असा विलाप करीत होता. 'लाथ मारीन तिथे पाणी काढीन' अशी धमक बाळगणारे त्याचे मन आपल्या प्रभूच्या चिरवियोगाच्या कल्पनेने लोण्याहून मऊ झाले होते. पिता मृत्युशय्येवर पडला असताना कळवळून त्याला मिठी मारणाऱ्या अजाण अर्भकाप्रमाणे 'कुठे जाऊ? महाराज, या अफाट जगात मी कुठे जाऊ?' हे करुण उद्‌गार काढणारा तो सरदार मला वाटू लागला. तसेच पाहिले तर त्याला काय कमी होते? त्याच्या तलवारीपुढे सिंह गोगलगाय झाला असता आणि कुबेराने आपल्या भांडाराचे दरवाजे त्याला खुले करून दिले असते. पण ज्या जगात आर्थरसारखा प्रभू नाही, बंधुभावाने वागत असलेले मित्रमंडळ नाही, ते जग त्याला स्मशानाप्रमाणे वाटले.

पुरुषासारख्या पुरुषाची जर ही स्थिती होते तर चिरवियोगाच्या प्रसंगी बायकांचे मन किती तडफडत असेल याची कल्पनाच करावी लागेल. ज्या पित्याने प्रेमाने

लहानाची मोठी केली त्याला सोडून जाताना, ज्या मातेने जिवाचे आळे करून जीवनलतिका वाढविली त्या मातेचा निरोप घेताना कन्येला काय वाटत असेल? लग्न म्हणजे स्त्रीच्या दृष्टीने तरी पुनर्जन्म असतो. मृत्यूनंतर येणाऱ्या पुनर्जन्मात मागील जन्मीची आठवण तरी नसते पण या पुनर्जन्मात दोन्ही जन्मांची तुलना पदोपदी दृष्टीला पडत असते. ऑर्थरसारख्या प्रभूवाचून त्याच्या सरदाराला आपले जीवित जड झाले, मग नुकत्याच लग्न झालेल्या मुलीला मातापितरांचा वियोग सहन करण्याची शक्ती कुठून येणार? सप्तपदीने पंधरा वीस पावसाळ्यांची उणीव भरून निघणार नाही अगर लग्नगाठीने तुटणाऱ्या आतड्याला स्वस्थता मिळणार नाही.

रानातून धरून आणलेला पोपट चार दिवस पिंजऱ्यातल्या डाळिंबाच्या दाण्यांकडे ढुंकूनदेखील पाहात नाही. विकत घेतलेले गुरू गळ्यातले दावे निघताच मूळच्या घराकडे धाव घेऊ लागते, घर सोडून परगावी शिकायला गेलेल्या मुलाला घरचीच स्वप्ने पडू लागतात, याउपर कवीने तर एका पोपटाची फार हृदयद्रावक गोष्ट वर्णन केली आहे. परदेशात मूळच्या प्रदेशातील शब्द कानी पडताच त्या पोपटाला इतका आनंद झाला की, त्याच्या भरात त्याने प्राण सोडला. गृह, मातृभूमी, मातापितरे यांचा ओढा इतका मोठा असतो.

हा सर्व ओढा सोडून नववधूला एकदम सर्वस्वी परक्या वातावरणाशी समरस व्हावे लागते. नोकरीपेशातले जीवित कसे दुःसह असते याची ज्यांना कल्पना असेल त्यांनाच सासरी प्रथम जाणाऱ्या मुलीच्या मनाची यथार्थ कल्पना येईल. नदी समुद्राला मिळण्याकरिता जन्म घेत असते हे खरे, पण दुरून त्यांचे घनगर्जित ऐकून पर्वतशिखरावरील आपल्या घरातील पक्ष्याचे गोड गायन तिला आठवल्यावाचून राहात असेल काय? कळी तोडून देवावर नेऊन वाहिली तरी पहाटेच्या वाऱ्याचा मधुर स्पर्श अगर सूर्यकिरणांचे सुंदर हास्य स्मरून तिला हुरहुर वाटणे स्वाभाविक आहे.

या दृष्टीने पाहिले तर पितृकुलाच्या वियागोचा प्रसंग कितीतरी भयंकर वाटतो. हा वियोग सहन करण्याचे धैर्य कुसुमकोमल कन्यांच्या मनात कुठून येते? सर विडिव्हिअरला ऑर्थरने दिलेल्या उत्तरातच या प्रश्नाचे उत्तर आहे. ऑर्थर म्हणतो, 'The old order changeth yielding place to new.'

'असे पति देवचि ललनांना' हे आर्यस्त्रीच्या जीविताचे ब्रीदवाक्य लक्षात घेतले नाही तरी लग्न ही नवी 'ऑर्डर' असते. जुन्याची जागा नव्याने घ्यावयाची हा सृष्टीचा क्रमच आहे. आजची फुले उद्या निर्माल्य होतात. पण तो निर्माल्य फेकून देताना आपल्या मनाला कष्ट मुळीच होत नाहीत. निर्माल्य झालेल्या फुलांना फुले म्हणून कवटाळून बसण्याचा मोह जर मानवी मनांना पडला असता तर देवांना जीर्ण-शीर्ण

पाकळ्यांवर आपली पूजेची हौस भागवून घ्यावी लागली असती. भूतकाळापेक्षा भविष्यकाळाकडेच पाहण्याची इच्छा मनुष्यात प्रबळ असते. ऑर्थर जात असलेला पाहून सर विडिव्हिअर ढळढळा रडला. कारण त्याला उज्ज्वल गतकालच तेवढा दिसत होता. सासरी जाणारी नववधू कधीच त्याच्याइतकी दु:खीकष्टी होत नाही. कारण तिच्या डोळ्यापुढे उज्ज्वल भविष्यकाळाची चित्रे नाचत असतात. शिक्षणाकरिता आईबापांना सोडून मुलगा परदेशी वर्षानुवर्षे राहतो अगर लग्न होताच मुलगी पतीच्या घरी जावयाला आनंदाने तयार होते याचे रहस्य हेच आहे. ऑर्थर म्हणतो तेच खरे.

'The old order changeth yielding place to new and God fulfils himself in many ways.'

■

कपड्याची किंमत

आचार्य प्रफुल्लचंद्र रॉय यांचा सुंदर चौकटीत बसविलेला फोटो मी घरी आणला व टेबलावर ठेवला. कितीतरी वेळ आदरयुक्त दृष्टीने त्या फोटोकडे मी पाहिले. आचार्यांची स्वदेशीवरील कळकळीची भाषणे माझी अत्यंत आवडती. त्यांच्या फोटोकडे पाहता पाहता मला आश्चर्य वाटू लागले. आचार्यांचा वेष साधा, मुद्रा सौम्य, तोंड पांढऱ्या शुभ्र दाढीमिश्यांत जवळ जवळ झाकून गेलेले. पण हिमालयाच्या बर्फाच्छादित प्रदेशातून गंगा जशी प्रकट होते त्याप्रमाणे गरिबांच्या पोटातील आग विझविणारी दिव्य वाणी आचार्यांच्या मुखातून निघते. या साध्याभोळ्या दिसणाऱ्या मनुष्याच्या अंत:करणात त्यागाची केवढी मोठी ज्योती पेटलेली आहे. लक्ष्मीला सरस्वतीची दासी करण्याइतके तपोबल अंगी असूनही आचार्यांनी साधेपणाचे व्रत स्वीकारले आहे. समुद्राच्या आतील रत्नांची कल्पना त्याच्या लाटांवरून जशी होत नाही त्याप्रमाणे मनुष्याच्या अंत:करणातील दिव्य भावनांची जाणीवही वेषावरून अगर मुद्रेवरून होत नाही.

या विचारात गुंग असतानाच पाय धुण्याकरिता मी मागील दारी गेलो. पाच मिनिटानी येऊन पाहतो तो माझी खोली झाडण्याकरिता आलेला पांडू गडी टेबलावरील आचार्यांच्या फोटोकडे पाहून खदखदा हसत आहे. पांड्याला वेडबिड तर लागले नाही ना असा संशय क्षणभर माझ्या मानत आला. दुसऱ्या क्षणी तो आचार्यांच्या

फोटोकडे पाहून हसत असावा ही कल्पना मनात आली. "ह्मे कुठले साधू दादा?" पांडोबांनी माझी चाहूल लागताच हसू आवरून प्रश्न केला. "ते साधू नाहीत, थोर गृहस्थ आहेत." मी उत्तर दिले. "थोर गिरस्त!" पांडोबांना काही केल्या हसू आवरेना. 'हे चित्र पाहा आणि हे चित्र पाहा.' असा अभिनय करणाऱ्या हॅम्लेटप्रमाणे पांडोबा माझ्याकडे व आचार्यांच्या फोटोकडे पाहू लागले. "दादा, हे गिरस्त तुम्हाहूनही थोर हात का?" पांडूने प्रश्न केला. "त्यांच्या नखी आहे ते आमच्या मुखी नाही." मी उत्तर दिले. आता मात्र पांडोबा हताश झाले. अंगात कुडते घालून आणि दाढी वाढवून बसलेल्या एका म्हाताऱ्याविषयी आपल्या धन्याच्या मनात इतकी पूज्यबुद्धी का आहे हे कोडे त्यांना काही केल्या उलगडेना.

पांडू खोलीतून निघून गेल्यावर कितीतरी वेळ मी विचार करीत बसलो. प्रथम पांडूचे मला हसू आले. गुलाबी पटका आणि रेघारेघाचे सदऱ्याचे कापड यावर पांडूची भक्ती होती. माझ्या खोलीतील कपड्यांची लयलूट तर तो दररोज डोळ्यांनी पाहात असे. कंबरेपासून गुडघ्यापर्यंतचे अंतर व्यक्त करणारे सातआठ कोट तरी माझ्या संग्रही होते. इंद्रधनुष्याप्रमाणे माझ्या कपड्यातही सर्व रंगांचे संमेलन दिसत होते. पेंढारकरी शर्ट व गंधर्व कॅप असा संयुक्त नाट्यप्रयोग करण्यात मी कुशल असल्यामुळे माझा पोशाख लोकप्रिय होई यात नवल नाही.

पण टेबलावर आचार्यांचा फोटो, समोर मधमाश्यांच्या पोळ्याप्रमाणे कपड्यांनी गजबजलेले खुंटाळे आणि मध्ये मी अशी स्थिती झाल्यामुळे माझ्या मनाला कसेसेच वाटू लागले. फोटोंना जर बोलता आले असते तर टेबलावरच्या फोटोने समोरचे अनावश्यक कपड्यांचे प्रदर्शन पाहून माझ्या डोळ्यात चरचरीत अंजन खास घातले असते! आचार्यांच्या साध्या वेषाला व वाढविलेल्या दाढीला पांडू हसला, पण दररोज नव्या घाटाचे कपडे करणारी आमच्यासारखी सुशिक्षित माणसेही या पांडूच्याच माळेतली असतात. एक नूर आदमी दस नूर कपडा आणि शंभर नूर दाढी हे तरुण पिढीचे ध्येय आहे की काय, असा भास आमच्याकडे पाहताच एखाद्याला झाला तर त्यात नवल वाटण्याचे कारण नाही.

'एक नूर आदमी न् दस नूर कपडा' ही म्हण एखाद्या राजाच्या किंवा अत्यंत कुरूप मनुष्याच्या डोक्यातून बाहेर पडली असावी! हाडामासाच्या माणसापेक्षा कापसांच्या कपड्यांची किंमत ज्या दिवशी जगाला जास्ती वाटू लागली त्याच दिवशी ढोंगाने सत्यावर विजय मिळवला यात संशय नाही. पोशाख! जिकडे पाहावे तिकडे पोशाखाचे बंड! आपले कपडे सुंदर व्हावेत म्हणून प्रत्येक जण प्रयत्न करीत असतो. पण आपले अंतरंग सुधारण्याची इच्छा मात्र कुणाच्याही मनात उत्पन्न होत नाही.

दस नूर कपडा ही कृत्रिमपणाची विजयपताकाच नव्हे काय? वाङ्मयाकडे

पाहावे तर अंत:करणाचे अनुभव सांगण्यापेक्षा ठरावीक गोष्टी नटवून सांगण्याकडेच लेखकाचा अधिक ओढा! राजकारणाचे पृथक्करण करावे तर जुने कायदे रद्द करून नवे कायदे अमलात आणण्यात सर्व गुंग. कायदे ज्या कोट्यवधी लोकांकरिता करावयाचे असतात त्यांच्या सुख-दु:खांच्या मुळाशी कुणीच जात नाही. सामाजिक गोष्टीकडे लक्ष दिले तर तोच अनुभव! सर्वत्र कपड्याचा बोलबाला! बाह्य गोष्टींची चर्चा.

महात्माजींची मूर्ती माझ्या डोळ्यापुढे उभी राहिली. खादीच्या पंच्याखेरीज इतर सर्व कपड्यांचा त्यांनी त्याग केला. त्या त्यागाच्या मुळाशी कृत्रिमपणाचा तिटकारा खास असला पाहिजे. सत्याचा शोध करणारा बाह्यरूपाला कधीही किंमत देणार नाही. सुशिक्षित म्हटली जाणारी माझ्यासारखी माणसे कपड्यांचे केवढे तरी स्तोम माजवितात! कपड्यांना नसते महत्त्व देणे म्हणजे कृत्रिम जीवनाची गुलामगिरी पत्करण्यासारखे आहे. पांडू प्रफुल्लचंद्रांचा फोटो पाहून हसला, पण कपड्यापायी पाण्यासारखा पैसा खर्च करणाऱ्या सुशिक्षितांची मनोवृत्ती त्याच्यासारखीच असते.

हे विचारचक्र थांबविण्याकरिता मी जवळ पडलेले एक पुस्तक उचलले व ते मध्येच उघडून वाचू लागलो. वाचता वाचता माझी नजर खालील वाक्यावर खिळून गेली. 'जगातील सर्व दु:खाचे मूळ अंतरंगापेक्षा बहिरंगाला महत्त्व देण्याच्या प्रवृत्तीत आहे. ज्याचे कपडे अधिक छानछोकीचे त्याला अधिक मान हा अनुभव कुणाला आलेला नाही? कपड्यापेक्षा मनुष्याकडे आणि देहापेक्षा माणुसकीकडे अधिक लक्ष दिले पाहिजे हे तत्त्व जगाच्या पचनी पडेल तेव्हाच ते सुखी होईल.'

■

अर्धा पैसा

त्या छोट्या नदीजवळ येताच मला एकदम आठवण झाली. पलीकडे आपण होडीवाल्याला अर्धा पैसा द्यायला पाहिजे. मी पाकीट उघडून पाहिले. दहा रुपयाची नोट, सुटे रुपये, चवल्या, आणेल्या, ढब्बू पैसा, पुढे काही नाही. इतके पैसे असूनही मी अर्ध्या पैशाला महाग आहे हे तत्क्षणी माझ्या ध्यान्यात आले. 'लहानपण देगा देवा! मुंगी साखरेचा रवा!' हे तुकारामांचे उद्गार मला ताबडतोब पटले. 'रम्य ते बालपण देई देवा फिरूनी' या ओळीतील काव्याने तर माझे मन मोहून टाकले. माझ्या पैशाच्या पाकिटात आजोबा, बाबा, मामा, बाप, आई वगैरे मंडळींची गर्दी झाली होती. पण ते रम्य बालपण, तो हवा असलेला अधेला मला कुठेच सापडेना. अधेला त्या वेळी मला ईश्वराचे जागी होता, पण ईश्वर या जगात जरूर लागेल तेव्हा भेटतो असे कुठे आहे?

पोक्त विचार करून मी पाकीट खिशात व पाऊल होडीत टाकले. एक फिकट चेहऱ्याची ख्रिश्चन बाई होडी चालवित होती. माझे मन उदास झाले. होडीतून उतरताच आपण त्या बाईच्या हातात पैसा टाकू. ती आपल्याला परत अर्धा पैसा देऊ लागेल, पण तो घेतला नाही म्हणजे तिच्या चेहऱ्यावर कृतज्ञतेची छटा दिसून येईल. - बस्स! अर्ध्या पैशाला तेवढे समाधान काही महाग नाही. या उदात्त विचारांमुळे पाण्यात पडलेल्या वृक्षांच्या सुंदर प्रतिबिंबाकडे अगर सूर्यकिरणांनी

चमकणाऱ्या जलतरंगाकडे माझे मुळीच लक्ष गेले नाही. सृष्टिसौंदर्यापेक्षा मनाचे औदार्य अधिक मोहक असते हे कुणीही कबूल करील.

होडीतून खाली उतरताच मी त्या बाईच्या हातावर पैसा टाकला. मी तिच्याकडून अर्ध्या पैशाची अपेक्षा करीत आहे हे दर्शविणे कसेसेच वाटू लागल्यामुळे मी नदीच्या तीरावरील सुंदर देखाव्याकडे पाहू लागलो. वायूचे संगीत ऐकून वृक्ष माना डोलवित होते. नाना तऱ्हेची पाखरं मंद स्वरात किलबिल करीत होती. भुर्रकन् एक पाखरू उडाले व नदीपलीकडे गेले. माझ्या मनात विचार आला पाखराला नदीपलीकडे जायला काही अर्धा पैसा द्यावा लागत नाही!

मी वळून पाहिले. ती बाई होडी घेऊन परत चालली होती. माझा अर्धा पैसा बुडाला! त्या सुंदर वृक्षराजी आणि मधुमधुर गायन करणारे ते विहंगम यांनी माझे अर्ध्या पैशाचे नुकसान केले. कवी लोक दरिद्री का असतात याची मला पूर्ण कल्पना आली. बेटे आकाशाकडे कुठेतरी लक्ष लावून बसतात आणि इकडे भामटे त्यांचे खिसे कापतात.

त्यातल्या त्यात एक गोष्ट बरी होती. घरी हिशेब मागणारे कुणी वडील मनुष्य नसल्यामुळे या अर्ध्या पैशाबद्दल कोणती थाप मारावी याचा विचार करण्याची मला जरुरी नव्हती. तथापि हिशेबात एक पै चुकली म्हणून एकनाथाने रात्रभर तेल जाळल्याची गोष्ट मला आठवली. त्या वेळी तेल फार स्वस्त असल्यामुळे रात्रभर जळणाऱ्या तेलाच्या किंमतीपेक्षा पैची किंमत अधिक असली पाहिजे असे मी मनाचे समाधान करू लागलो. पण 'ज्येची पई त्याला लई' हा कुणबाऊ संप्रदाय कुठून तरी माझ्या कानात घुमू लागला. या कुणबाऊ संप्रदायावर रामबाण म्हणून 'अर्थमनर्थं भावय नित्यं' हा शंकराचार्यांचा वेदान्त मी फेकला. पण छे! ते अर्ध्या पैशाचे शल्य काही केल्या माझ्या मनातून हलेना.

विचार करता करता माझ्या लक्षात आले की, मला वाईट वाटले आहे याचे कारण अर्ध्या पैशाचा तोटा नव्हे, त्या बाईने केलेली माझी फसवणूक हे आहे. एखादा मनुष्य घरी आठ-पंधरा दिवस पाहुणा म्हणून राहिला तरी मनाला त्याचे काही वाटत नाही. पण जाताना चुकून (की चुकवून) स्वारी आपल्या चांगल्या वहाणा घालून गेली अगर आपल्या टेबलावरील एखाद्या पुस्तकाला त्याचा खिसा आवडला तर त्या गोष्टीचा मात्र आपल्याला राग येतो. त्या होडीवाल्या बाईने माझा अर्धा पैसा परत करायला नको होता काय? मी तो परत घेणार नव्हतो हा भाग निराळा! पण प्रामाणिकपणाच्या दृष्टीने—

ही दृष्टी पुढे उभी राहताच किती तरी गोष्टी एकदम डोळ्यापुढे उभ्या राहिल्या. बुचडेवाले रुपये, गुळगुळीत चवल्या वगैरे न चालणारी नाणी माझ्या संग्रही कुठून आली? बाजारात मी मोड बघून घेत नाही म्हणून तसले भांडार माझ्या घरी गोळा

झाले. भाजी घेताना दराची घासाघीस करणाराला तीन पेंड्या आणि न करणारा दोन पेंड्या मिळतात हा अनुभव कुणाला नाही?

पैशाच्या बाबतीतली ही क्षुद्र फसवणूक सोडून दिली व आपण दुसरीकडे पाहू लागलो तरी जिकडे तिकडे फसवणुकीचेच राज्य असलेले आढळते. रस्त्यात गाठ पडताच 'कसं काय?' म्हणून हसत हसत विचारणारे एक सद्गृहस्थ मागाहून मला शिव्या देत असतात असे कळले तेव्हा मी त्यांचे काय केले? तोंड आणि पाठ यांच्यात इतके अंतर असायचेच असे म्हणून गप्प बसलो.

बरे, त्या गृहस्थांना शिव्या देण्याचा मला तरी काय अधिकार आहे? अनेक ओळखीच्या लोकांविषयी बोलताना मी त्यांनाच गुरू मानीत नाही का? जगाची उभारणीच लपंडावावर झाली आहे हे खरे. त्या होडीवाल्या बाईने मी दिलेल्या पैशांपैकी आपल्या हक्काचा अर्धा पैसा तेवढा ठेवून घ्यायला हवा होता हे न्यायदृष्ट्या बरोबर आहे. पण तोच नियम देशाच्या अगर समाजाच्या दृष्टीला लावला तर माझी काय स्थिती होईल? देशाने अगर समाजाने दिलेले सर्वस्व मी उपयोगात आणीत आहे. त्यांचा अर्धा पैसा मी कुठे देत आहे?

हे विचार मनात येताच माझे मन अस्वस्थ झाले. त्या होडीचा दर अधेला नसून पैसा असता तर या सर्व वादळाचे मूळ कारणच नाहीसे झाले असते. पण- पण माझ्या पूर्वजन्मीच्या कुणीतरी शत्रूने तो दर अर्धा पैसा करून ठेवला होता. त्या अर्ध्या पैशाने माझ्या मनाचा दाह सुरू झाला. पैसा हे विष आहे असे म्हणतात ते काही खोटे नव्हे! त्या बाईने माझा अर्धा पैसा दिला नाही म्हणून मी इतका रागावलो पण देशाच्या, समाजाच्या आणि व्यक्तीच्या ऋणाचा केवढा तरी बोजा माझ्या शिरावर आहे. तो मी केव्हा देणार?

गाव जवळ असल्यामुळे हे विचारचक्र थांबले. त्या अर्ध्या पैशाच्या चिंतनात वाट केव्हा संपली हे मला कळलेही नाही. घरी आल्यानंतर अधेल्यावरून सुचलेले सर्व विचार मी बायकोला सांगितले. तेव्हापासून ती माझ्या पाकिटात नेहमी चार दोन अर्धे पैसे ठेवीत असते. या दक्षतेच्या मुळाशी संसाराचे अर्ध्या पैशाचे नुकसान होऊ नये आणि नवऱ्याला वैराग्य प्राप्त होऊ नये या दोन हेतूंपैकी कोणता आहे हे नक्की सांगणे कठीण आहे.

■

पोट

'आधी पोटोबा, मग विठोबा' हे काव्य कोणत्या साधूने रचले याची नक्की माहिती मला नाही, पण या शब्दांवरच त्याचे नाव यावच्चंद्रदिवाकरौ मराठी भाषेत राहील यात शंका नाही. विठोबाचे भजन महाराष्ट्रात हजारो लोक करीत असले तरी जगातील झाडून सारे प्राणी पोटोबाच्या भजनी लागले आहेत. विठ्ठलाची आठवण व्हायला आषाढी-कार्तिकीसारख्या सुट्ट्याच जागवाव्या लागतात. (या महाएकादश्यांच्या दिवशीही पोटोबाच्या पूजेकडेच बहुतेकांचे लक्ष लागलेले असते, हे 'एकादशी, दुप्पट खाशी' या लोकप्रिय भावगीतावरून दिसून येईल) पण पोटोबाची आठवण दररोज सकाळी अकरा वाजण्यापूर्वीच प्रत्येकाला होऊ लागते.

पोट हा परमेश्वर आहे हे वेदान्तानेदेखील सिद्ध करता येईल. प्रत्येक प्राण्यात परमेश्वराचा अंश असतो असा आमच्या धर्मशास्त्राचा ठाम सिद्धान्त आहे. आता राव-रंक, शेठ-शेतकरी, गवई-गवंडी, कवी-कपी या सर्वांत सामान्यतः आढळून येणारा भाग म्हणजे पोट हाच होय. शिवाय ज्याप्रमाणे परमेश्वराचा अंत कुणालाच लागत नाही त्याप्रमाणे एखाद्याच्या पोटात काय आहे याचा पत्ता तो जिच्या मुठीत असतो त्या बायकोलादेखील लागत नाही. परमेश्वर प्रलयकाली वटपत्रावर निजण्याइतका लहान होतो पण त्याचे खरे स्वरूप विश्व व्यापूनही उरते. पोटाचेही तसेच आहे. 'वीतभर पोटाची खळगी' अशा क्षुद्र शब्दांनी पोटेश्वराची नित्य संभावना होत असली

तरी ही खळगी जगाला कधीही पुरी भरता येत नाही. परमेश्वराला पत्र, पुष्प, पाणी काहीही चालते, त्याप्रमाणे पोटालाही चहा, दूध, दारू, विष काहीही चालते. पैसा म्हणजे विष आहे असे म्हणतात, पण या विषाची पिंपेच्या पिंपे पिऊन टाकून हलाहल प्राशन करणाऱ्या शंकराला लाजविणारे पोट न्यायाधीशांच्या साक्षीदाराच्या किंबहुना प्रसंगी कारकुनाच्या शरीरालादेखील कधी कधी चिकटलेले आढळून येते.

पोट परमेश्वर आहे असे म्हणण्यापेक्षा ते परमेश्वरापेक्षा अधिक श्रेष्ठ आहे असे म्हणणेच सयुक्तिक होईल. या जगात परमेश्वराचे अस्तित्त्व न मानणारे हरीचे लाल (त्यांना हरीचे लाल कसे म्हणावयाचे? सृष्टीचे सखे, निसर्गाचे भक्त. असे काहीतरी नाव द्यावे झाले.) जगात थोडे तरी आढळतील, पण पोटाचे अस्तित्व अमान्य करणारा महात्मा अद्याप झाला नाही व पुढे होणेही शक्य नाही. अर्धांगीला टाकून देणाऱ्या मनुष्यालाही आपले पोट टाकून देता येत नाही. संन्यासी संसार, भिकारी लाज, गर्भश्रीमंताची पोरे शाळा व देशभक्त भीती सहज सोडून देतात पण पोट मात्र कुणालाही सोडता येत नाही. उलट विद्या दिल्याने जशी दुप्पट होते त्याप्रमाणे पोट सुटले की, त्याची पकड पूर्वीपेक्षा अधिक घट्ट होते. पोट परमेश्वरापेक्षा श्रेष्ठ आहे याचा मला लहानपणी आलेला अनुभव येथे नमूद करणे अयोग्य होणार नाही.

अस्मादिकांच्या मनात त्या दिवशी शाळेला जावयाचे नव्हते. कुणी तरी बडा पुरुष मरण पावल्याची बातमी कानावर येईल म्हणून मी नऊ वाजेपर्यंत वाट पाहिली पण मृत्यूला काही माझी दया आली नाही. मुसळधार पाऊस पडू लागला तर आई मला शाळेत जाऊ देणार नाही हे मला माहीत होते. पण मी गच्चीवर जाऊन चातकाप्रमाणे आकाशाकडे पाहू लागलो तरी एकही मेघ माझ्याकडे वळला नाही. निर्वाणीचा उपाय म्हणून बाबांच्या खिशातील एक पैसा हळूच काढला व तो मुठीत घेऊन देव्हाऱ्यातला देवाला गाऱ्हाणे घातले. पण देवही कंट्रोलच्या वेळच्या अधिकाऱ्याप्रमाणे थोड्याशा रकमेवर खूश होईना. मला वकिलीत पाण्यासारखा पैसा मिळू लागल्यावर मी त्याची संततधार तुझ्या डोक्यावर धरीन असा नवस करण्याचा उदारपणाही मी दाखविला. पण व्यवहारचतुर व्यापाऱ्याप्रमाणे देव या उधारीच्या सौद्याला कबूल झाला नाही. दहा वाजून गेले. आता काय करावे हा मोठा प्रश्न माझ्यापुढे पडला. इतक्यात माझे पोट माझ्या मदतीला धावून आले. स्वत: दुखू लागून त्याने माझे सुख साधून दिले. त्या आनंदाच्या भरात 'पोटा, थोर तुझे उपकार' म्हणून मी गाऊही लागलो. माझा आवाज विशेष चांगला नसल्यामुळे पोटदुखीने मी रडत आहे असा आईला भास झाला आणि माझे हे स्फूर्तिजन्य काव्य बाहेर फुटले नाही.

डोके, डोळे, ओठ वगैरेंच्या मानाने पोटाची योग्यता कितीतरी मोठी आहे. पण कवी लोक वेडे असल्यामुळे अद्याप एकाही प्राण्याने पोटावर काव्य रचले नाही. तसे पाहिले तर पोटाकडे पाहिले म्हणजे कितीतरी चमत्कृतिजनक कल्पना सुचतात. ते पुढच्या बाजूला दिसत असले तरी नेहमी पाठीमागे लागलेले असते. पोट हा

हृदयापेक्षाही मनुष्याच्या शरीराचा नाजूक भाग आहे. प्रसंगी मनुष्य हृदयभेदक शब्द आनंदाने सोशील, पण पोटाला नुसता चिमटा बसला की, तो कळवळून आकांत केल्याशिवाय राहात नाही. पोट नसते तर कचाला मद्यातून शुक्राचार्यांच्या पोटात जाता आले नसते, देवांना संजीवनी विद्येचा उपयोग झाला नसता व सारे जग राक्षसांनी भरून गेले असते. पोटाचे जगावर केवढे उपकार झाले आहेत हे!

पोट नसते तर? पोट नसते तर काय झाले असते याची कल्पना करणे कालिदासासारख्या कवीलासुद्धा कठीण जाईल. पोट नसते तर शाळा वाढविण्याऐवजी शाळा बंद करण्याचे ठराव पसार झाले असते. पोट नसते तर रोगी मरायला टेकला असतानाही डॉक्टर बिझिकच्या खेळातील राजाराण्यांची लग्ने लावण्यात दंग झाले असते. पोटाचा पाश नसता तर अशिलाचा गळा फासात सापडेल म्हणून वकिलांनी मुळीच धावपळ केली नसती. पोटाच्या अभावी खाणावळी, उपहारगृहे, आचारी हे नामशेष झाले असते.

पोट नसते तर कुटुंबात काय दाणादाण उडाली असती हे पाहणे मोठे गमतीचे आहे. नवऱ्यांनी नोकऱ्यांना व बायकांनी नवऱ्यांना सोडचिठ्ठ्या दिल्याची दृश्ये पदोपदी दृष्टीला पडली असती. घरातील चूल नेहमी थंड असल्यामुळे कमी झालेली उष्णता परस्परांवर धुमसणाऱ्या आप्तेष्टांना भरून काढावी लागली असती. मुलांनी नोकरी लागेपर्यंत अगर मुलींनी लग्न होईपर्यंत आईबापांच्या हुकमतीत राहण्याची आवश्यकताही उरली नसती. सारांश, अराजक राज्याप्रमाणे कुटुंबात व समाजात पोटाच्या अभावी बेबंदपातशाही माजली असती. जगाचा गाडा सुरळीत चालविण्याचे श्रेय जर कुणाला असेल तर ते धर्म, कायदे वगैरे मोठ्या नावाच्या मंडळींपेक्षा वीतभर पोटालाच आहे.

पोट नसते तर आणखी एक मोठा अनर्थ जगावर ओढवला असता. प्रत्येक गावाला कविमंडळे उत्पन्न होऊन त्यांची परस्परात युद्धे झाली असती. दुष्काळात मरणाऱ्या माणसाऐवजी कवितांनी गुदमरून जाणाऱ्या माणसांचे देखावे जगाच्या दृष्टीला पडले असते. अमुक ठिकाणी पाऊस किती इंच पडला याऐवजी अमुक कवीची वाक्ये किती मैल लांब, रुंद व उंच आहेत याविषयीची बातमी अधिक महत्त्वाची वाटली असती.

पण 'पोटोबा'ने अवतार घेतल्यामुळे या सर्व भयंकर आपत्तीतून जगाची मुक्तता झाली आहे. असे असूनही 'पोट जाळण्याच्या' गोष्टी लोक बोलत असतातच. मनुस्मृती जाळणाऱ्यांच्या पंथातलेच हे लोक म्हणावयाचे. या लोकांनी एवढे लक्षात ठेवावे की, शस्त्रक्रियेसाठी पोट फाडले तरी ते मरत नाही. पोट जाळण्यासाठी कुणी स्वाभिमानावर निखारा ठेवला तरी त्याची राख होत नाही. उजाडले हे दाखविण्यासाठी ज्याप्रमाणे सूर्य त्याप्रमाणे माध्यान्हकाल दाखविण्यासाठी ते नेहमी राहणारच.

■

मोत्या

आमच्याबरोबर मोत्याही घरातून बाहेर पडला. बोलून चालून कुत्र्याची जात. धनी हेच दैवत ही त्याची कल्पना. धनी जाईल तिथे जायचे हा त्याचा बाणा. फाटक ओलांडून रस्त्याला लागलो नाही तो तत्त्वनिकषग्रावेची परीक्षा उत्तीर्ण झालेल्या मित्राप्रमाणे तो आमच्याबरोबर येत असलेला पाहून मात्र मला राग आला आणि आम्ही कुठे फिरायला चाललो नाही, नाटकाला जाण्यासाठी वेंगुर्ल्याला चाललो आहे हे मूर्खाला कसे समजत नाही असा विचार माझ्या मनात आला. पण त्या विचाराची हास्यास्पदताही तत्काळ माझ्या डोळ्यासमोर उभी राहिली. धनी लग्नाला वा लढाईला चालला आहे हे कुत्र्याला कसे कळावे? आज वरिष्ठ साहेबांकडून शिव्यांचा प्रसाद मिळाल्यामुळे धनीसाहेब गरम झाले आहेत अगर मधल्यामध्ये फूल ना फुलाची पाकळी मिळाल्यामुळे त्यांचा कलेजा थंडा झाला आहे हे जाणण्याचे मनकवडे शास्त्र कुत्रा कुठे शिकायला जातो? देहामागे सावली तसे धन्यामागे आपण जायचे एवढेच ज्ञान अत्यंत सुशिक्षित कुत्र्यालाही असणार. लो. टिळक दिवंगत झाले त्या दिवशी महाराष्ट्रातील सर्व पटाईत पोहोणारे कुत्रेदेखील आश्चर्यसागरात बुडाले असतील. आपले धनी पांढराशुभ्र मृदुमृदुल अंगावर हात फिरवायचे सोडून पांढऱ्यावर काळे केलेले एक वर्तमानपत्र हाती घेऊन का बसले आहेत, याचे कोडे त्यांच्यापैकी एकालाही सुटले नसेल.

मोत्याने रस्त्यापर्यंत आमचा पाठलाग केलेला पाहून नाटकाकडे लागलेले आमचे लक्ष आम्ही त्याच्याकडे वळविले. एकाने 'मोत्या, हा तुझा मार्ग नव्हे' असा सौम्य उपदेश केला, दुसऱ्याने संगीत नाटकाचा वेध लागल्यामुळेच की काय 'बिकट वाट वहिवाट नसावी' हा फटका सुरू केला. त्याचे फटका हे नाव अर्थापेक्षाही म्हणणाराच्या सुरामुळेच सार्थ होत असल्यामुळे मोत्या माघार घेईल असे आम्हाला वाटत होते. पण मोत्याने आम्ही पाहावयास जात असलेल्या विद्याहरणातील कचाचा निधडेपणा दाखवायला सुरुवात केली. कुत्र्याला नाटकाला घेऊन जाणे कठीणच होते. आमचा मोत्या हा पाच वर्षांच्या खालचा मुलगा आहे, हे नाटक मंडळीच्या व्यवस्थापकांना पटविता पटविता आमच्या नाकी नऊ आले असते. शिवाय गायन वादन ऐकले की भुंकण्याची त्याला खोड होती. या बाबतीत तो विक्षिप्तरावाचा पट्टशिष्य शोभला असता. त्याला घेऊन नाटक पाहायला बसले म्हणजे प्रेक्षकांना तानांऐवजी भुंकणेच ऐकायला मिळायचे व मी नाटक मंडळीचा हितशत्रू असा सर्कसवाला आहे अशी सर्वांना शंका यायची. शिवाय वेंगुर्ल्यापर्यंत ८-९ मैलांच्या रणांगणात जे जे कुत्रे येतील त्यांच्याशी सलामी, हस्तांदोलन, गुरगुर इत्यादी सोळा संस्कार मोत्या करीत जाणार, मोत्या म्हणजे काही सीझर नव्हता की नुसत्या दृष्टिक्षेपाने त्याला शत्रू जिंकता आले असते. दिग्विजय करायला निघालेल्या वीराप्रमाणे मोत्या वाटेतील प्रत्येक कुत्र्याचा पराभव करणार व इतक्या संकटांतून तो व आम्ही बचावलो तर नाटकगृहात त्याच्या भुकंण्याचा राजसूय यज्ञ होणार.

यापेक्षा मोत्याने येऊ नये हेच बरे. पण ते मोत्याला सांगायचे कसे? आमच्यापैकी एका गृहस्थाला सर्व इंग्रजी, मराठी, संस्कृत शिव्या मुखोद्‌गत होत्या, पण त्यांच्या तोफखान्याचा मोत्याच्या चढाईवर परिणाम होण्याचे लक्षण दिसेना. कुत्र्यांची निराळी भाषा असणे शक्य आहे व ती शिकणे अवश्य आहे, असे मी तत्काळ डायरी काढून तिच्यात टिपले. पण डायरी सोडून पिनल कोड काढले असते म्हणून मोत्या थोडाच भिणार होता! शेवटी त्याला हुसकावून घरी परत पाठवावयाचे ठरले, पण त्याला भीती दाखवायला आमच्या हातात वेताच्या छड्यांखेरीज दुसरे काय होते? वेताच्या छडीने अंगातील भूत निघून जाते म्हणतात, पण मागून येणारा कुत्रा निघून जात नाही हा अनुभव आम्हाला आला. मोत्या माझा लाडका कुत्रा असल्यामुळे व तात्या पंतोजीचे काम मी एक दिवसही केले नसल्यामुळे त्याच्यावर सपासप छड्या ओढण्याचे माझ्या जिवावर आले. या द्वंद्वयुद्धात शेवटी आमचाच पराभव झाल्यामुळे एक म्हणाला, 'अरे येऊ दे तो. कुणी पूर्वजन्मी नाट्यलोलुप कुत्र्याच्या जन्माला आला असेल. पुराणांतरी ऋषी श्वानरूपाने फिरत असल्याच्या कथा आपण वाचतोच की नाही?' या थट्टेच्या भाषणातही माझ्या कुत्र्याची नाट्यलोलुप म्हणून

स्तुती झालेली पाहून मला बरे वाटले. 'मधे नदी आहेच. तिथे होडीत घेतला नाही म्हणजे झाले.' असे म्हणून आम्ही रस्ता सुधारला.

मोत्या आमच्या मागाहून एखाद्या गुप्त पोलिसाप्रमाणे येत होता. दर फर्लांगाला मी मागे वळे व 'सुंदरी सीते जा भवनी। नच लाभ वनी' हे उद्गार काढणाऱ्या रामाची मुद्रा धारण करून त्याच्याकडे पाही, पण त्यानेही आज सीतेचाच हट्ट धरिला होता. मध्यंतरी एकदा एका श्वानमंडळाची व त्याची गाठ पडल्यामुळे हे राक्षस आमच्या या कचाचे तुकडे करणार या समजुतीने आम्ही वेताच्या छड्या परजू लागलो. पण मोत्या पडला महामुत्सद्दी, त्याने शेपटीचे निशाण खाली करून एकदम तह केला व आपली सुटका करून घेतली.

नदीवर आम्ही होडीत बसलो. मोत्या आमच्याकडे काकुळतीने पाहात होता. जणू काय आता होडीत घेतलेत तर तुमचे उपकार जन्मभर विसरणार नाही असेच तो म्हणत असावा. पण मी पाण्यात जाताना मन अगदी दगडासारखे कठोर केले होते. होडी चालू लागली. मोत्या पाण्यापर्यंत येई. पुन्हा मागे परते. होडी वल्हविणाराच्या सोईकरिता वर चाललेली पाहून तोही तीरावरून होडीच्या दिशेने धावू लागला, जणू काही आम्ही लवकरच तिथे उतरणार होतो व त्याला बरोबर घेणार होतो. हळूहळू होडी दूर चालली, उपास्यावर नजर मिळवून बसलेल्या भक्ताप्रमाणे टक लावून पाहात मोत्या तीरावर बसला होता. त्याच्या तोंडावर निराशा दिसत होती. तरीही आम्ही परत येऊन त्याला घेऊन जाऊ असे वाटत असावे.

होडी लांब गेली. पांढऱ्या कुत्र्याचे मांजरात व त्याचेही लवकरच लहानशा पांढऱ्या ठिपक्यात रूपांतर झाले. होडी काठाला लागताच मी दुसऱ्या तीराकडे बारीक नजरेने पाहिले. तेथे एक पांढरा ठिपका अचल दिसत होता. मला कसेसेच झाले. होडीतून परत जाऊन मोत्याला घेऊन यावेसे वाटू लागले. इतरांनी मोडता घातल्यामुळे ते जरी मी केले नाही तरी माझ्या मनाला हळवी हुरहुर लागून राहिली.

आणि मनात विचार येऊ लागले. मोत्यामध्ये व माझ्यामध्ये तरी फरक काय? जीविताच्या मागे लागून, आसावून आम्ही असेच येत नाही काय? मृत्यूच्या नदीच्या पलीकडे जीवित गेले की, आमच्या आशा-आकांक्षा ऐलतीरावर मोत्यासारख्या केविलवाणा चेहरा करूनच बसत नाहीत काय? हा कोण? मुत्सद्दी मेरुमणी! राजनीतीच्यामागे लावून याने नीतीला तिलांजली दिली. पण त्याचे मुत्सद्दीपण काळसरितेच्या ऐलतीरावर राहिले. हा कोण? समशेरबहाद्दर! शत्रूंची शिरे उडविता उडविता वृद्ध मातेचे पाय चेपायला याला मुळीच फुरसत मिळाली नाही. त्याची रक्तबंबाळ तलवार वैतरणीच्या अलीकडेच मोडून पडलेली आढळेल. ग्रंथकार, संशोधक, समाजसेवक, सर्व प्रकारचे लोक, मोत्या ज्या मोहाने आमच्याबरोबर

आला होता, त्याच मोहाने जीविताबरोबर प्रवास करतात पण काळसरितेवर होडीत पाय टाकताना मृत्यू कोणत्या गोष्टी होडीत घेतो व कोणत्या घेत नाही? पैसा, कीर्ती, सत्ता, मान, काही नाही. या विचारमालिकेने माझे डोके बधिर झाले.

खिन्न परिस्थितीत मी विद्याहरण पाहिले. देवलोकी जावयाला निघालेल्या कचाला निरोप देणारी देवयानी मी पाहिली आणि नदीच्या काठावर बसून आम्हाला निरोप देणाऱ्या मोत्याची मला आठवण झाली. देवाच्या राज्यात देवयानी काय व मोत्या काय दोघांनाही अनुभव तोच. नशिबाला नदीपलीकडे दोघांनाही नेता येतनाही. ∎

मैत्री

दंतवैद्याच्या दवाखान्यात एकटं बसण्याचा प्रसंग! वैऱ्यावरही तो येऊ नये, पण माझ्या बत्तिशीच्या पलटणीतील एका बंडखोराने तो माझ्यावर आणला होता. कोणत्या ग्रहाच्या वक्रदृष्टीमुळे माझा दात दुखू लागला हे पाहण्याकरिता मी निरनिराळया वर्तमानपत्रातील विविध भविष्ये चाळली नाहीत हे बरे. नाही तर अखिल आकाशस्थ ग्रहगोलांनी माझ्याविरुद्ध कट केला आहे अशी खात्री होऊन चुकली असती माझी! मी तडक दंतवैद्याकडेच गेलो. दातदुखीपुढे दुसरे काही सुचत नसल्यामुळे डॉक्टरांनी दाखविलेल्या खुर्चीवर मी बसलो, तिच्या खांद्यावर लहान मुलाप्रमाणे मान टाकली आणि मानवजातीच्या अव्वल पूर्वजाचे यथाशक्ति अनुकरण करण्याकरिता तोंड उघडले. अर्धवट झोपेत असलेल्या माणसाप्रमाणे डॉक्टरांची हालचाल व त्यांच्या हातातील हत्यारे मी पाहत होतो. पण त्याची मुळीच भीती वाटली नाही मला. डॉक्टरांनी केलेल्या उपचारामुळे दात दुखायचा थांबला आणि दुसऱ्या दिवसाची सुपारी घेऊन मी डॉक्टरांची रजा घेतली.

दुसरे दिवशी दवाखान्यात आलो तो डॉक्टर काही महत्त्वाच्या कामाकरिता बाहेर गेले होते. गड्याशिवाय दुसरे कुणीच नव्हते तिथे. मी दोन तीन मिनिटेच स्वस्थ बसलो असेन नसेन! माझ्या डोळ्यापुढे पलीकडच्या बाजूला असलेली दांतिक खुर्ची उभी राहिली. मनात आले - अमेरिकेत ज्या खुर्चीवर बसवून मनुष्याला

विजेने देहान्त प्रायश्चित्त देतात ती अशीच असेल नाही? खुर्चीचा वरचा भाग-जिथे काल मी डोके ठेवले होते तो आठवून तर खेकड्याच्या पकडीचीच आठवण झाली मला! आणि दंतशुद्धी करणारे ते यांत्रिक हत्यार! दुरून त्याचा आवाज विमानाच्या घरघरीसारखाच भासत असेल. लहानपणी वाचलेली मार्क ट्वेनची दंतवैद्याची गोष्टही एकदम आठवली. दात उपटता उपटता रोग्याची मानच सफाईने छाटून टाकणारा तो वैद्यराज—

अंगाला घाम सुटतो की काय असे वाटू लागले. काल प्रत्यक्ष उपचार करून घेताना काहीच वाटले नव्हते मनाला! पण आता? मन हा मनुष्याचा सात जन्माचा वैरी आहे म्हणतात ते काही खोटे नाही. हट्टी मुलाप्रमाणे ते पुनः पुन्हा त्याच गोष्टीकडे धावू लागले. गड्याशी बोलून वेळ घालवावा म्हटले तर बोलायचे कशावर? गेल्या आठवड्यात त्याने पाहिलेला तमाशा मला ठाऊक नव्हता आणि मी पाहिलेला इंग्रजी चित्रपट त्याच्या गावीही नसायचा. आमचे हमरीतुमरीचे क्रिकेटचे सामने त्याच्या दृष्टीने असून नसल्यासारखे. उलट त्याला मुखोद्‌गत असणाऱ्या अटीतटीच्या कुस्त्यांची आमच्यासारख्यांना दादही नसायची. मोठ्या पेचात सापडलो मी.

इतक्यात एक अन् दोन नव्हे चांगली चार माणसे एकदम दवाखान्यात उपस्थित झाली. मनाला हायसे वाटले एकदम. त्यांच्यापैकी प्रत्येकाचा हात मधूनमधून आपापल्या गालाकडे जात होता. त्यामुळे तर मला त्यांच्याविषयी अधिक सहानुभूती वाटू लागली. डिंकाच्या अंगी चिकटपणाचा गुण आहे खरा! पण डिंक कोरडा असेपर्यंत तो काही प्रगट होत नाही. मनुष्याच्या सहानुभूतीचेही असेच आहे. अश्रूंशिवाय माणसांची मने एक करताच येत नाहीत तिला! हा हा म्हणता आम्ही पाच माणसे मित्रत्वाच्या नात्याने एकमेकांशी बोलू लागलो. या संभाषणसरितेचा उगम जरी दातदुखीत होता तरी पुढे ती अनंत मुखांनी वाहू लागली. अवघ्या एक वर्षांपूर्वी जरदाळूच्या बिया आपण कडाकड कशा फोडत होतो हे ज्याने प्रथम सांगितले तोच पुढे नीला नागिणीचे चरित्र वर्णन करून सांगू लागला. दुसऱ्याने आपल्या दाताला लागलेल्या किडीवरून जी उडी मारली ती समाजाला लागलेल्या किडीवर! तो एकदम ओरडून म्हणाला, 'समाजाला आज कशाची जरुरी असेल तर ती दंतवैद्यांची.'

बरोबर याच वेळी डॉक्टर परत आले. अर्थात, आमच्या गप्पांचा ओघ एकदम वाळवंटात लुप्त झाला. डॉक्टरांनी चौफेर दृष्टी टाकली. इतका वेळ मित्राप्रमाणे वाटणारे ते चौघे मला क्षणात शत्रूसारखे भासू लागले. आधी कोण आले आहे याचा डॉक्टरांना पत्ता नाही. ते प्रथमतः या चौघांना तपासतील आणि मग मला. डॉक्टरांच्या खिशाचा अगर माझ्या त्या माजी मित्रांच्या दाताचा विचार न करता मी

मनात म्हटले, 'हे चौघे आले कशाला इथं मरायला?' त्यांच्यापैकी एकाला डॉक्टरांनी खुर्चीवर विराजमान करण्याकरिता आत नेले तेव्हा तर मी इतका चिडून गेलो की, दुखणाऱ्या दाताची भीती नसती तर मी दातओठ खायला कमी केले नसते.

'पूर्वजन्मीचे वैरी म्हणतात ते हे' असा काहीतरी अभिप्राय त्या वेळी या नूतन मित्रांविषयी माझ्या मनात येऊन गेला. 'तो माझा जीवश्चकंठश्च मित्र आहे.' असे उद्‌गार ज्या ज्या वेळी माझ्या कानावर पडतात, त्या त्या वेळी मला दवाखान्यातला हा प्रसंग आठवतो. माझ्यापाशी बोलायला कोणी नव्हते तेव्हा जे लोक मला मित्रासारखे वाटले. तेच माझा वेळ खाणार अशी खात्री होताच शत्रूसारखे भासू लागले. कोणत्या तरी रितीने का होईना जो स्वतःच्या आड येईल तो शत्रू, जो स्वतःला साह्य करील तो स्नेही! मैत्रीवरला मुलामा काढून टाकला तर आत हेच भेसूर सत्य नेहमी दिसत नाही का?

आणि हा काही आजकालचाच अनुभव नव्हे. कृष्णार्जुनांची मैत्री अगदी दृष्ट लागण्यासारखी होती असे वर्णन पुराणातही आढळते. अर्जुनाला सुभद्रा मिळावी म्हणून कृष्णाने काय कमी खटपट केली? तीर्थाटन करीत हिंडणाऱ्या अर्जुनाला संन्याशाची छाटी रंगविण्याकरिता कृष्णाने कावेच्या पुड्या पाठविल्या होत्या असे पुढेमागे सिद्ध झाल्यास त्यात मला तरी आश्चर्य वाटणार नाही. जी स्थिती लग्नाची तीच युद्धाची! कृष्णाने होते नव्हते ते पांडित्य खर्च करून अर्जुनाला युद्धाला प्रवृत्त केलेच की नाही? पण प्रेम आणि युद्ध या आयुष्यातल्या अत्यंत महत्त्वाच्या प्रसंगी अर्जुनाचा ज्याने पाठपुरावा केला त्या भगवान श्रीकृष्णाने एका दारुड्या गंधर्वाच्या बाबतीत त्याच्यावर हत्यार उचलावे ही विलक्षण आश्चर्याची गोष्ट नाही का? पण त्यात आश्चर्य तरी कसले? सुभद्रेच्या लग्नाच्या वेळी बलरामाच्या इच्छाभंगाचा प्रश्न होता, श्रीकृष्णाच्या नाही. भारतीय युद्धातही पांडवांना सुईच्या अग्रावर राहणारी मृत्तिकासुद्धा न देणाऱ्या दुर्योधनाच्या हातून राजदंड हिसकावून घ्यायचा होता. यात कृष्णाच्या इच्छेविरुद्ध असे काय घडत होते? पण चित्ररथ गंधर्वाच्या बाबतीत सारेच निराळे पडले. स्वतःचा शब्द की अर्जुनाचा शब्द? आपण गालवाला दिलेले वचन मोडायचे की अर्जुनाने द्रौपदीला दिलेले वचन मोडावे? अशा वेळी कृष्णाने आपल्या नावाला काळिमा लावून घेऊन अर्जुनाची बाजू राखली असती तर आदर्श मित्राचे हे उदाहरण जगाच्या इतिहासात अमर झाले असते. खरे पाहिले तर गालव गंगेत बुडाला असता अगर चित्ररथाचे विमान जमिनीवर आदळून त्याचा चक्काचूर झाला असता तरी कृष्णार्जुनांना त्याचे सुतक असण्याचे काही कारण नव्हते. परंतु प्रत्येक जण नकळत इरेला पडला. मी- माझे वचन- माझा शब्द! अशा मीपणाचा जन्म म्हणजे मैत्रीचा मृत्यूच नाही का?

मला माझ्या लहानपणाची एक गोष्ट नेहमी आठवते. क्रिकेट खेळताना आडनावाच्या अनुक्रमाप्रमाणे खेळत असू आम्ही. 'ए'पासून ज्या दिवशी सुरुवात होईल त्या दिवशी माझी खेळण्याची पाळी लवकर येई. त्या दिवशी 'के' पलीकडे आडनावे असलेली मुले मला मित्र वाटत अगदी. पण दुसऱ्या दिवशी 'झेड'कडून सुरुवात होऊन ती माझ्या खेळण्याच्या आड येऊ लागली म्हणजे ए पासून के पर्यंत आडनावे असलेल्या माणसांनी या मुलांना आज सकाळी दत्तक का घेतले नाही असा विचार माझ्या मनात येऊन जाई. दोन तासांच्या खेळातली ही वृत्ती साठ सत्तर वर्षांच्या आयुष्यातही हरघडी दृग्गोचार होते. पत्रिकेतले ग्रह पाहा नाही तर पृथ्वीवरील राष्ट्रे घ्या, त्यांच्या मैत्रीला स्थिरता कशी ती नाहीच मुळी! त्यामुळे कधी कधी असे वाटते की, मैत्री हा पारा आहे. स्नेहबंधनाच्या नळीत त्याला कोंडले तरी लाभाची ऊब लागल्याखेरीज काही तो चढत नाही. केव्हा केव्हा मैत्रीचे वाऱ्याशीच अधिक साम्य असलेले दिसून येते. ओसाड माळरानावर धो धो करून वाहणारा वारा किती भयाण भासतो, पण तोच कळकीच्या बेटातून वाहू लागू द्या, लगेच त्याचा नूर नव्हे तर सूरच बदलतो. नाजूक अलगूज मिळाल्यावर मग पाहायलाच नको. तो इतका रंगात येतो की जणू काही एखादी चिमुकली बालिका गळ्यात हात घालून आणि गालाला गाल लावून आपले लाडके बोबडे बोलच ऐकवीत आहे.

निसर्गानेच ज्यांची गाठ बांधलेली आहे त्या स्त्री-पुरुषांची मैत्रीसुद्धा पाहा. तरुण-तरुणींनी एकमेकांच्या पसंतीने लग्ने करावीत असे म्हणणाराच मी आहे. पण असल्या लग्नांना प्रेमविवाह हे नाव द्यायला मात्र तयार होणार नाही मी. आंब्याचा मोहोर म्हणजे काही रसाळ आम्रफळ नव्हे, हिंदू समाजातील काही जातींत वधूने लग्नानंतर पाच वर्षे मंगळागौरीची पूजा करण्याची पद्धत पडली याचे कारण दुसरे तरी काय असणार? प्रेम संपादन कसे करावे हे गौरीइतके जगात दुसऱ्या कोणत्याही स्त्रीला ठाऊक नसेल आणि लग्नपूर्व प्रेम हे रेडियमचे काटे असलेले सोन्याचे घड्याळ असले तरी ते वर्षानुवर्षे नीट चालेल अशी गॅरंटी कुणीच देऊ शकत नाही. स्त्री-पुरुषांमधील प्रणयातून लग्न व लग्नातून प्रेम उत्पन्न होते. किंबहुना अपत्ये अगर संकटे एकामागून एक येऊ लागली की, त्यांच्या मैत्रीच्या वेलीवर फुले फुलू लागतात असे म्हणायलाही हरकत नाही. स्त्री-पुरुषांच्या प्रेमाला स्वर्गातल्या अमृतापासून पाताळातल्या गंगाजळापर्यंत हजारो उपमा कवींनी दिल्या असतील. पण संसारी दृष्टीने बोलायचे तर ते लिंबाचे लोणचे आहे. जो जो ते जुने होत जाते तो तो त्याची किंमत अधिक.

परिणत प्रेम अगर दीर्घकाळ टिकलेली मैत्री यांचे रासायनिक पृथक्करण न करताही असे सहज दिसून येईल की, त्यागाशिवाय त्यांची गोडी वाढत नाही. हा त्याग एकपक्षीय मात्र असता कामा नये. नाही तर पृथ्वीच्या पूर्व गोलार्धाने पश्चिम

गोलार्धाकरिता त्याग करायचे ठरविले तर साऱ्या जगात शांतता नांदू लागण्याचा संभव आहे. सीतेला टाकून देताना रामाच्या हृदयाला काय वेदना झाल्या असतील याची मला कल्पना येते. पण असे असूनही हा त्याग एकांगीच. सीतात्यागापेक्षा राज्यत्याग बरा असे रामाला वाटत असूनही सीतेने या विचारापासून त्याला प्रवृत्त केले असे चित्र जर आद्यकवीने रंगविले असते तर अधिक बरे झाले नसते का?

या दृष्टीने पाहिले तर मैत्रीच्या पर्वतमालिकेतील उत्तुंग शिखरे म्हणून गांधारी व तानाजी यांच्याकडेच पाहावेसे मला वाटते. पतीला दृष्टिसुख मिळणे शक्य नाही म्हणून डोळस असून आनंदाने अंध होणारी गांधारी. मुलाच्या लग्नाची अक्षत राजांना देण्याकरिता तानाजी गेला, पण शिवबांनी कोंढाण्याकडे नजर फिरविताच गड काबीज करण्याकरिता कसा तीरासारखा निघाला तो. गड जिंकणाऱ्या त्या सिंहाचा निष्प्राण देह पाहून शिवरायांनी ढाळलेले अश्रू! मृत्यूलोकाला अमृत त्या दिवशीच काय ते पाहायला मिळाले. त्या अश्रूंनी मैत्रीला जगात अमर केले.

■

जुने लिफाफे

एकदा मी पुष्कळ लिफाफे खरेदी केले. ते दिसायला बरे व थोडेसे स्वस्त होते ही गोष्ट या खरेदीच्या मुळाशी होतीच. ज्याच्या दुकानातून ते मी घेतले त्याच्याखेरीज माझ्या दूरदर्शीप्रमाचे कौतुक करणारा दुसरा कुणी मनुष्य तिथे नव्हता हे माझे दुर्भाग्य! एखाद्या वर्तमानपत्राच्या बातमीदाराने जर त्या वेळी माझी मुलाखत घेतली असती तर एकदम लिफाफे घेतल्यामुळे माझ्या खर्चात किती बचत होणार आहे, याचा तीन दशांश स्थळांपर्यंत आकडासुद्धा मी देऊ शकलो असतो.

लिफाफ्यांचा गठ्ठा घेऊन मी घरी आलो तो एका मित्राने टाचण्यांची घरेच्या घरे (अर्थात भरलेली) मला भेट म्हणून आणून दिली. सदरहू मित्रमहाशयांचा एक भाऊ रेल्वेत का कुठे नोकर होता. त्याने आणलेली ती लूट घेताना माझ्या मनाला क्षणभर कसेसेच वाटले. पण कुठलीही खासगी मालमत्ता हा चोरीचाच माल असतो. (Property is theft) या वचनाच्या आधारे मी माझ्या सद्सद्विवेक बुद्धीचे समाधान केले. फुकट टाचण्या मिळाल्यामुळे नोटपेपर, टाक वगैरे साहित्यही कुठून तरी आज आपल्या घरी भेट म्हणून येईल अशी रात्री निजेपर्यंत मला आशा वाटत होती. पण माझ्या इतर मित्रांचे भाऊ अगर नातलग रेल्वेत अथवा दुसऱ्या अशाच प्रकारच्या खात्यात नोकर नसल्यामुळे ती विफल ठरली.

दुसरे दिवशी मी त्या लिफाफ्यांचा उपयोग करण्याला सुरुवात केली. उपयोग

म्हणण्यापेक्षा दुरुपयोग म्हटलेले बरे. कारण कुठलाही लिफाफा मला उघडताच येईना. लिफाफे विकत घेताना, मुली पाहताना करतात त्याप्रमाणे मी फक्त रंगाकडे लक्ष दिले. पण मुलीच्या रंगामुळे संसाराला रंग येतोच असे कुठे आहे? लिफाफ्यांच्या बाबतीतही तोच अनुभव आला. प्रत्येकाची मागची बाजू चिकटून बसलेली. अगदी कडेकोट किल्ल्याचाच बंदोबस्त म्हणानात. एकाची दातखिळी उघडायला गेलो ती त्याची बत्तीशीच पडली. बेशुद्ध मनुष्याच्या डोळ्याला पाणी लावतात त्याप्रमाणे दुसऱ्याला पाणी लावून पाहिले, पण तो डोळे उघडील तर शपथ. दुकानदाराने जुने निरुपयोगी लिफाफे माझ्या गळ्यात बांधले होते. कुठल्या पावसाळ्यात त्यांनी तोंडाला कुलूप घातले होते कुणाला ठाऊक. त्या कुलपाला एकही किल्ली चालेना.

मग मात्र टाचण्यांविषयी माझ्या मनात शंका उत्पन्न झाली. एक, दोन, तीन काढून पाहिल्या तेवढ्या साऱ्या गंजलेल्या! सत्यनारायणापुढल्या ताटात गुळगुळीत पैसेच का जमा होतात हे मला तत्क्षणी कळले. पण मित्राच्या औदार्याचा विचार करावयाला वेळच नव्हता मला. तोंडे उघडताना फाटणारे लिफाफे व गंजलेल्या टाचण्या यांचा उपयोग पत्रांच्या कामी कसा करावयाचा? पत्र म्हणजे प्रिय मनुष्यांशी होणारे लेखी संभाषणच नाही का? आणि कुणालाही भेटायला जाताना अगर त्यांच्याशी बोलताना आपला पोशाख अव्यवस्थित असणे कुणाला आवडेल? एकनूर मजकूर, पाचनूर नोटपेपर आणि दसनूर लिफाफा अशी म्हण रूढ केली तर ती काही खोटी ठरायची नाही फारशी!

चडफडत ते लिफाफे व टाचण्या मी टेबलाच्या मोठ्या कप्प्यात टाकल्या. गंजलेली टाचणी म्हणजे वेणीफणी न केलेली स्त्री आणि फाटका लिफाफा हा तर भिकाऱ्याचा मूर्तिमंत अवतार. माझ्या पत्रदूतांच्या बरोबर मी त्यांना पाठविले असते तर कालिदासाच्या यक्षापासून कॉलेजातील मुलामुलींना रंगीबेरंगी पत्रसाहित्य पुरविणाऱ्या दुकानदारांपर्यंत सर्व रसिक मला हसल्याशिवाय राहिले असते का?

महिन्यामागून महिने गेले. पण माझ्या टेबलातील लिफाफे, टाचण्या आणि मंडळी जशीच्या तशी राहिली. एखादे वेळी गडबडीने टेबलाचा खण उघडून हवी असलेली वस्तू धुंडाळायला लागले तर एखाद्या घरातून बाहेर डोकावून पाहणारी टाचणी हाताला टोचे. त्या वेळी विलक्षण राग येई आणि वाटे या लंगड्या टाचण्या आणि हे मुके लिफाफे द्यावेत घराबाहेर फेकून! उगीच टेबलातली जागा तेवढी अडविली आहे त्यांनी. त्यांचा उपयोग काय? शिळे कविसंकेत आणि बुरसलेले सामाजिक संस्कार यांच्याइतकीच त्यांची किंमत!

असे विचार मनात येत असूनही लिफाफे टेबलात राहिले. मित्राने प्रेमपूर्वक दिलेल्या टाचण्या फेकून देण्याचे माझ्या जीवावर आले होते, असे आत्मचरित्र लिहावयाचे असते तर मी लिहूनही गेलो असतो, मात्र त्या लिफाफ्याच्यापायी खर्च

झालेला स्वत:चा पैसा उगवून काढण्याकरिताच मी त्यांना माझ्या टेबलात कोंडून ठेवले होते यात संशय नाही. पण कैद्याचा खर्च झेपेनासा झाल्यामुळे राजाला त्याला सोडून द्यावे लागले अशी एक गोष्ट आहे ना? या जुन्या लिफाफ्यांच्या बाबतीत माझी तशीच स्थिती होणार असा रंग दिसू लागला. त्या खणातली इतकी जागा त्यांनी अडविली होती की, नवे लिफाफे त्यात राहणे शक्यच नव्हते. परंपरेने ग्रस्त झालेल्या हिंदू मनाचे प्रतिबिंबच दिसे त्या खणात. जरूर लागतील तेव्हा व तेवढीच नवी पाकिटे मी विकत घेऊ लागलो. त्यांचा परिणाम असा झाला की, आयत्या वेळी उघड्या मनाचे पाच दहा लिफाफे लागले तर ते माझ्या घरी मिळणे मुष्कील होऊन बसले. अशा वेळी प्राथमिक पुस्तकातील काव्यमय कोळ्याला गुरू करून मी मोठ्या आशेने जुन्या लिफाफ्यांच्या मागच्या बाजूला पाणी लावून पाही. पण त्या चिकट पुरुषांपैकी एकाच्याही अंत:करणाला माझी दया येत नसे.

महिना न् महिने ते निरुपयोगी जुने लिफाफे जपून ठेवणाऱ्या खोट्या आशेचे आता माझे मलाच हसू येते. पण पदोपदी आपल्या समाजातही हीच आवृत्ती पाहिली की ते हसू कुठल्या कुठे मावळते. परवा एक गृहस्थ आपल्या मुलीविषयी कुरकुरत होते. त्यांनी तिला चांगले शिक्षण दिले. ती पदवीधर झाली. परंतु लग्नाच्या वेळी तिने स्वयंवराचा हक्क गाजविला तेव्हा वडिलांना फार वाईट वाटले. त्यांचे म्हणणे आपण ठरवू त्या मनुष्यालाच तिने माळ घालायला हवी होती. बालविवाहाच्या वेळचा जुना लिफाफा उघडून त्यात आपली वीस-एकवीस वर्षांची मुलगी सीलबंद करावी आणि जावयाच्या हाती कन्यादान म्हणून ते पाकीट द्यावे हा त्यांचा इरादा! अगदी साधी गोष्ट घ्या, नाकातल्या नथीने आरोग्य वाढते, असा शोध परवाच कुणीसा लावला. मानापमानातल्या लक्ष्मीधराच्या अध्यक्षतेखाली सभा भरून सक्तीने पुरुषांच्या नाकात नथा अडकविण्याचा ठराव आता लवकरच पास होईल. या नथसंशोधकांना हेही कळत नाही की नथीपासून आरोग्यदृष्ट्या फायदे असते तर सूर्यनमस्कारांची धर्माशी सांगड घालणाऱ्या आपल्या पूर्वजांनी पुरुषांच्या नाकात नथी लटकवून द्यायला कमी केले असते का? कानातली भिकबाळी काही झाले तरी पार्श्वसंगीतासारखी. उलट नथ म्हणजे गोड गळ्यातून निघालेले सुरेल गाणे. पण लाजणे, माना वेळणे, मुरकणे, 'इश्श' म्हणणे वगैरे नाजूक अभिनयप्रकारात पुरुष निपुण नसल्यामुळे नाकात नथा घातल्या तरी त्यांच्या सौंदर्यात काही भर पडणार नाही, हे आमच्या आर्यपूर्वजांनी ओळखले असावे. लज्जेचा रक्तिमा चेहऱ्यावर चढल्यावर युवतीच्या नथीतील मोत्ये संध्यारंगाच्या पार्श्वभूमीवर खुलणाऱ्या तारकांप्रमाणे सुंदर दिसत नाहीत का? नाक मुरडण्याची अभिजात कला बायकांनाच अधिक अवगत असते. त्यामुळे मधूनमधून नथीतल्या मोत्यात तुटणाऱ्या ताऱ्यांचे सौंदर्यही त्या निर्माण करू शकतात. पुरुष या बाबतीत निसर्गत:च मागासलेले! आरोग्याच्या

दृष्टीने हिंदू स्त्रियांच्या नाकात नथा चमकू लागल्या हे मान्य केले तर जुन्या काळच्या घट्ट वेणीने मेंदूतील रक्त शुद्ध होत असे. गळ्यात सरी, ठुशी वगैरे दागिने असल्यामुळे घशातल्या गाठी सध्याप्रमाणे, वाढत नसत इत्यादी शोधही एखाद्या आजीबाई लवकरच लावतील.

चिकटलेल्या जुन्या लिफाफ्यांना चिकटून राहण्याची ही प्रवृत्ती सर्वत्र आढळते. माझा एक मोठा विद्वान मित्र आहे. ईश्वराची कल्पना मानवी समाजात कशी बदलत गेली याचे मार्मिक वर्णन त्याच्या तोंडून ऐकू लागले की, कुणाही हिंदू भाविकाच्या आस्तिक्यबुद्धीचा पारा तेहेतीस कोटींवरून शून्याकडे येऊ लागतो. पण स्वारीच्या घरी पाहावे तर ब्रह्मचारी मारुतीपासून सवतींच्या कात्रीत सापडलेल्या कृष्णापर्यंत सर्वांची चित्रे आढळतात. दुसरी एक मुंबईत दिलेली कोकणातील मैत्रीण तशीच! पाठीवर वेणी सोडण्यापासून गोल नेसण्यापर्यंतच्या सर्व अपरिचित गोष्टी तिने इतक्या अल्पावधीत आपल्याशा केल्या की, स्त्रियांच्या अशिक्षितपटुत्वाचे कौतुक करणाऱ्या कालिदासानेही त्या पाहून तोंडात बोट घालावे. एकदा तिचा नवरा आजारी पडला. बडेबडे डॉक्टर वारंवार खेपा घालू लागले, तरी काही केल्या दुखण्याला उतार पडेना. त्या वेळी आपली कुलदेवी म्हाळसा हिला ती चटकन नवस बोलून गेली. या हकिकतीच्या आधारावर ईश्वराचे अस्तित्व सिद्ध करणारी अगर कुटुंबसंस्थेचे महत्त्व दाखविणारी सरस सत्यकथा लिहिणारे लेखक सापडतील, नाही असे नाही. पण मला मात्र नवस करण्याची बुद्धी मनाच्या दुबळेपणाचीच द्योतक वाटते. सूत कितीही चांगले असले तरी कापड काट्यावर पडले म्हणजे ते थोडेफार फाटायचेच. मनुष्याचे मनही तसेच असते. पण मनाला पडलेली भोके नाजूक हाताने शिवायची सोडून ती त्याचा मोठेपणा दर्शविणारी आहेत असे म्हणणे वेडेपणाचे नाही का?

माझ्या टेबलातल्या लिफाफे, टाचण्या आणि मंडळीचे उच्चाटन झाले ते मात्र एका योगायोगाने. आम्ही तिघेचौघे मित्र एक मोठे शहर पाहायला गेलो होतो. त्या गावातला अजबखाना अत्यंत प्रेक्षणीय होता. अठराव्या शतकातील महाराष्ट्रीय स्त्रीपुरुषांची विविध चित्रे त्या म्युझियममध्ये मी पाहिली. त्या दिवशी रात्री माझ्या स्वप्नातही तो अजबखाना आला. त्यातील ते जुने विलक्षण पोशाख घातलेली माणसे मी मोठ्या कुतूहलाने पाहू लागलो. पण एका माणसाचा चेहरा माझ्यासारखा असून त्याच्या डोक्यावर पागोटे, अंगात बाराबंदी इत्यादी सरंजाम आहे हे पाहताच मी दुसरीकडे मान वळविली. तिथे एक स्त्री उभी होती. चेहरा तर ओळखीचा वाटला अगदी! अरे हो, ही तर आमची सौभाग्यवतीच की! पण मला पाहताच तिने इतकी खाली मान घातली की, मानेवरील केशरचनाच तेवढी माझ्या डोळ्यात भरली. तिथे पिळाच्या अंबाड्याऐवजी खोपा पाहून मी जो दचकलो तो खाटेवर हात आपटून मी

जागा झालो. ते स्वप्न मध्येच भंग पावले नसते तर यापुढील चमत्कार पाहून मी ओरडतच उठलो असतो यात संशय नाही.

घरी आल्यावर पहिले काम मी केले ते टेबलाच्या खणाचा भार हलका करण्याचे. जळणाऱ्या जुन्या लिफाफ्यांचा धूर पाहून पत्नीने हसत हसत विचारले 'इतके दिवसांनी सुचलं वाटतं हे?' तिला सारे स्वप्न सांगण्याचा धीर काही झाला नाही मला. पण तिला ऐकू जाईल अशा स्वरात मी उद्‌गारलो, 'आपल्या समाजाला अशी स्वप्ने कधी पडतील?'

■

काव्यदृष्टी

मृच्छकटिक पाहायला माझ्या एका मित्राला मी मुद्दाम घेऊन गेलो होतो. काव्य म्हटले की कपाळाला आठी, नाटक शब्द कानावर आला की स्वारीने डोळे वटारलेच, अशी होती त्याची रसिकता. पण सृष्टिसौंदर्याने नटलेल्या प्रदेशातून सहल करायची असो अगर एखाद्या आवडत्या पक्वान्नाचा समाचार घ्यायचा असो, सुखात भागीदार असल्याशिवाय त्याची गोडी वाढत नाही हा तर माझा नेहमीचा अनुभव. म्हणून त्या मित्राला, त्याची इच्छा नसतानाही मी नाटकाला घेऊन आलो होतो. नाटक म्हणजे जागरण, जागरण म्हणजे अपचन, अपचन म्हणजे रोग व रोग म्हणजे मरण अशी परंपरा लावून त्याने नाटकाला जाण्यापासून माझे मन परावृत्त करण्याचा प्रयत्न केला. पण 'मरण कुणाला चुकलंय?' या तत्त्वज्ञानाचा आश्रय घेऊन मी त्याला जवळ जवळ ओढूनच नाटकगृहात नेले.

कायदा, वैद्यक, यंत्रशास्त्र, तत्त्वज्ञान इत्यादी रूक्ष विषयाचे केवळ हौसेखातर त्याने एवढे वाचन केले होते की, त्या त्या विषयातल्या पास होऊ इच्छिणाऱ्या विद्यार्थ्यांच्याही हातून तेवढे घडत नसेल. पण त्याच्या या ज्ञानाचा परिणाम नाटक पाहताना फार विपरित होऊ लागला. नाटक बघताना ते संभाषण वास्तविक रेडिओवरल्या मधुर गाण्यासारखे वाटावे. पण त्याचे उद्गार ऐकून पावसाळ्यात रेडिओवर ऐकू येणाऱ्या वातावरणाच्या गुरगुरीचीच आठवण झाली मला. पहिल्या

अंकात शकार वसंतसेनेचा पाठलाग करतो तेव्हा अमक्या कलमाखाली त्याच्यावर खटला भरण्याची शक्यता असून वसंतसेना वेड्यासारखी धावत का आहे याचे त्याला कोडे पडले. दुसऱ्या अंकात कर्णपूरक चारुदत्ताने शौर्याचे बक्षीस म्हणून स्वत:ला दिलेला शेला वसंतसेनेला दाखवतो. माझ्या मित्राला या वेळी चारुदत्ताच्या अज्ञानाची कीव आली अगदी! गर्भश्रीमंत कुळातला तो शेला! आपल्या एखाद्या प्रसिद्ध पूर्वजाचे स्मारक म्हणून त्याला पुढे कधीतरी चांगली किंमत येईल हे चारुदत्ताने लक्षात घ्यायला नको होते का? कर्णपूरकाला फार तर एखादे सर्टिफिकेट त्याने लिहून दिले असते म्हणजे बस्स होते, असा माझ्या मित्राचा अभिप्राय पडला. तिसऱ्या अंकापासून मृच्छकटिकाला व त्याबरोबरच माझ्या व्यवहारी मित्राच्या वक्तृत्वाला रंग भरू लागला. शर्विलकाच्या चोरीचा संबंध बेकारीपेक्षा त्याच्या मदनिकेवरील प्रेमाशी असल्यामुळे मार्क्सपेक्षा फ्रॉइडचे तत्त्वज्ञानच अधिक व्यापक आहे असा शेरा त्याने मारला. चारुदत्त चोरीला गेलेल्या दागिन्यांचा मोबदला म्हणून धूतेची रत्नमाला वसंतसेनेकडे पाठवतो. त्या वेळी पत्नीच्या स्त्रीधनाचा उपयोग करण्याचा नवऱ्याला हक्क नाही हे तो मोठ्या आवेशाने सांगू लागला. चारुदत्तावर खुनाच्या आधीच अफरातफरीचा आरोप तिसऱ्या अंकातच येतो की काय, अशी भीती पडली मला. जवळच्या प्रेक्षकांनी गप्प बसविले नसते तर धूतेचे वकीलपत्र घेण्याविषयी कुठल्या बॅरिस्टराला तारेने विचारावे याचीही चर्चा करायला त्याने कमी केले नसते.

नाटकाचे आणखी चार अंक व्हायचे होते. प्रत्येक अंकातून माझा महात्मा मित्र काय काय सार काढील याची कल्पनाच करता येईना मला. चौथा अंक सुखरूप संपत आल्याचे पाहून शृंगाराला रसांचा राजा म्हणतात ते योग्य आहे असा विचार माझ्या मनात आला. लगेच चारुदत्ताचे पदही सुरू झाले. 'तेचि पुरुष दैवाचे! साचे॥धृ.॥ अंगे भरली जलधारांनी. ऐशा ललना स्वये येउनि' मी नाटकगृहात चौफेर नजर फिरविली. पांढऱ्या मिशांच्या भोवतालच्या सुरकुत्या कुठल्या कुठे नाहीशा झाल्या होत्या. तरुणतरुणींना तर आपण स्वर्गात आहोत असाच भास होत असावा. मलाही माझ्या आयुष्यातल्या त्या अत्यंत मोहक क्षणाची आठवण झाली. इतक्यात माझ्या शेजारच्या शास्त्रदृष्टीने मला डिवचले. कपाळाला आठ्या घालून त्याने विचारले, "या चारुदत्ताचे वसंतसेनेवर खरंखुरं प्रेम आहे असं तुला वाटतं का रे?'' आता काय सांगायचं या जातिवंत रसिकाला? धडधडीत व कडकडीत आलिंगनापेक्षा आणखी पुरावा कोणता द्यायचा प्रेमाचा? मी म्हटले,

"नाही असं तुला वाटतं?''

"अलबत!''

"कशावरून?''

"अरे ही वसंतसेना ओलीचिंब होऊन आली आहे ना?''

“हो!”

‘मग तिचं लुगडं बदलायचं सोडून जो प्राणी तिला मिठी मारायला धावतो त्याचं तिच्यावर प्रेम आहे असं कसं म्हणायचं! अरे, या ओल्या लुगड्यानं न्युमोनिया होईल न्युमोनिया तिला!’

पदाला वन्समोअर पडला असूनही मी तडक थेटराबाहेर आलो. माझ्या व्यवहारचतुर मित्राच्या संभाषणाच्या सुधा समोर दिसत असताना माझी काव्यदृष्टी उघडी राहणेच शक्य नव्हते. शूद्रकाचे चार सप्तमांश विडंबन झाले तेवढे बस्स झाले असे समजून मी घरी आलो. पण अंथरुणावर पडलो तरी काही केल्या डोळा लागेना. राहून राहून माझ्या या व्यावहारिक मित्राच्या विकृत मनाचे मला आश्चर्य वाटत होते. एवढे मोठे राजकारणी नानासाहेब पेशवे- कारस्थाने, मसलती आणि लढाया यांच्या विचारातच त्यांचा सारा वेळ जायचा. पण देऊळ बांधण्याकरिता त्यांनी पर्वतीच्या सुंदर टेकडीचीच निवड केली की नाही? तरुणीच्या केशकलापातील उठून दिसणारे फूल कुठूनही पाहिले तरी तिच्या सौंदर्यात भरच घालते. पर्वतीने पुण्यनगरीला आणलेली शोभा दोन शतके झाली तरी अणुमात्र कमी झाली आहे का? अगदी आजकालचे उदाहरण हवे तर ते ना. गोखल्यांचे आहे. त्यांची कौन्सिलातील मुद्देसूद भाषणे आणि त्यांचे आकडेशास्त्र ही काही त्यांच्या काव्यदृष्टीच्या आड आली नाहीत. भारतसेवक समाजाच्या सभासदांना सेवामय जीवनाची दीक्षा कुठल्या तरी बंगल्यातल्या आरामखुर्चीवर बसून त्यांनी दिली नाही. फर्ग्युसन कॉलेजच्या मागील बाजूच्या मोकळ्या टेकडीवर सूर्यनारायणाच्या साक्षीने हा दीक्षाविधी पार पडला. देशसेवेचे कंकण हाती बांधण्याचा मंगल प्रसंग गांधर्वविवाहाप्रमाणेच काव्यमय नाही का? या सुंदर चित्राला तशीच उदात्त पार्श्वभूमी गोखल्यांनी निवडली ही गोष्ट राजकारणाच्या वणव्यातही काव्य कल्पनांची फुले ते किती दक्षतेने जपून ठेवीत असत हेच दाखवीत नाही काय?

मृच्छकटिकाला माझ्याबरोबर आलेल्या मित्राइतकी नसली तरी अनेकांची काव्यदृष्टी बरीच अधू असते. व्यावहारिक लोक ती सुधारण्याच्या मिषाने इतकी बिघडून टाकतात की, अनेकदा ती असून नसल्यासारखी होते. पहिला पाऊस अंगावर घेण्यात आणि त्याच्या स्वागताकरिता पृथ्वीने आपल्या गाभाऱ्यात लावलेल्या उदबत्त्यांचा मृदू मधुर सुवास उपभोगण्यात केवढा आनंद असतो. रस्त्याने जाताना दोन्ही बाजूंना नुसती बाभळीची झाडे असेनात! त्यांचे ते नाजूक पिवळ्या फुलांचे घोस पाहून आपली दृष्टी क्षणभर तरी तिचे स्थिर होत नाही का? माझ्या खोलीच्या खिडकीतून बाहेर पाहिले की, एक चुन्याची घाणी दिसते. एके दिवशी दुपारी माश्यांमुळे झोप येईना म्हणून सहज खिडकीपाशी गेलो. पाहतो तो घाणी हाकणारा मनुष्य वाळूच्या ढिगाचा बिछाना करून स्वस्थ झोपला आहे. वर सूर्य रागारागाने

पुष्कळ बडबड करीत होता. पण त्याच्या एका शब्दाकडेही या वाळूवरील ऋषींचे लक्ष गेले नाही. कुणी हसतीलही कदाचित मला. पण एकदा तरी या माणसासारखेच भर दुपारी वाळूच्या बिछान्यावर झोपून पाहावे अशी इच्छा माझ्या मनात त्या वेळी चमकून गेली हे मला कबूल केलेच पाहिजे. अंधाऱ्या रात्री वारे भुतासारखे नाचत असताना एखाद्या टांग्याच्या थांब्यावर गिऱ्हाइकाची वाट बघत असलेला टांगेवाला पाहावा. त्याचे हडकुळे घोडे, प्रत्यक्ष बसल्यावर धक्के देणारा त्याचा टांगा आणि पैशासाठी हुज्जत घालणारी त्याची जीभ या सर्वांना काव्यदेवतेच्या कृपाप्रसादाने असे करुणरम्य स्वरूप प्राप्त झालेले असते की, क्षणभर थबकून त्याच्याकडे पाहिल्याशिवाय पुढे जाववतच नाही मला. आपल्या लग्नसमारंभाचे सध्याचे स्वरूप फार व्यापारी झाले आहे खरे पण गोरजमुहूर्त, अंतरपाट, ध्रुवदर्शन इत्यादिकांपैकी एकेक गोष्ट म्हणजे सुंदर भावगीतच नाही का?

काव्यदृष्टी हा सौंदर्याचा आभास असेल, पण जगातल्या कटू सत्यावर या सौंदर्याच्या शर्करेची पुटे चढविल्याखेरीज त्याचा स्वीकार कोण करणार? काव्य हा मुलामा आहे असे खुशाल म्हणा. मुलाम्याचा दागिना अस्सल म्हणून विकणे पाप आहे याबद्दल वाद नाही. पण दरिद्री नवऱ्याने प्रिय पत्नीच्या दृष्टिसुखाकरिता त्याचा उपयोग करण्यात गैर असे काय आहे? शास्त्रदृष्टी ही शस्त्रक्रिया म्हटली तर काव्यदृष्टी ही तिच्या आधी द्यावयाची भूलच नव्हे का? क्लोरोफॉर्म न देता शस्त्रक्रिया करणे अनेकदा धोक्याचे असते. काव्यदृष्टीची जोड नसलेल्या शास्त्रदृष्टीने मानवी जीवनाकडे पाहणेही तितकेच चुकीचे आहे.

आणि तसे पाहिले तर जगात काव्याला काय तोटा आहे? सळसळणाऱ्या पिंपळापासून खळखळणाऱ्या निर्झरणीपर्यंत सर्वांचेच संगीत कानांना सुखदायक वाटत नाही का? मृगजलाचे सागर निर्माण करणारा उन्हाळ्यातला मध्यान्हकाळ पाहा अगर प्रलयकाळाची आठवण करून देणारी आषाढी अमावस्येची मध्यरात्र पाहा. दोन्ही देखाव्यातील भयानक भव्यता मनाला सारखाच मोह घालते. भातुकलीच्या खेळातला वरमाईचा हक्क बजावण्याकरिता भांडणारी बालिका घेतली काय अगर स्वत:च्याच घरात पन्नास वर्षे निरपेक्ष सेवाधर्माचे आचरण करणारी वृद्ध विधवा घेतली काय, दोघींच्याही दर्शनाने आपल्या मनाच्या मुरलीतून मधुर सूरच निघतात. 'आमच्या आईसाहेब तुमच्याइतक्या सुंदर असत्या तर आम्हालाही तुमच्यासारखे रूप प्राप्त झाले असते' हे शिवाजी महाराजांचे कल्याणच्या सुभेदाराच्या सुस्वरूप सुनेला उद्देशून काढलेले उद्‌गार वाचल्यानंतर काव्यदृष्टीचे कौतुक कुणाला वाटणार नाही? ■

गप्पा

प्रेम, काव्य आणि मनुष्य याची सर्वांना पटणारी व्याख्या करणे कठीण आहे यात शंका नाही. वानराचा वंशज तो मनुष्य असे डार्विन म्हणतो, तर मनुष्य हा कळप करून राहणारा प्राणी आहे असे ॲरिस्टॉटल सांगतो. संततिनियमनाचा पुरस्कार करणारे एक गृहस्थ ॲरिस्टॉटलच्या या व्याख्येचा रोख वाढत्या लोकसंख्येवर आहे असे म्हणतात. पण स्टोव्ह शब्द विस्तव शब्दापासून झाल्याची खात्री देणारे व्युत्पत्तिशास्त्रज्ञ त्यांचा रोख क्लबांवर आहे असे ठासून सांगतील. इसापच्या प्रकाशित गोष्टीत मनुष्य कुणाला म्हणावे याविषयी एखादी गोष्ट नाही हे खरे. परंतु ग्रीसमधील संशोधक कधी काळी जागे झाले तर त्यांच्या आणखी किती तरी गोष्टी प्रकाशात येतील. त्यापैकी एखादीत सिंहाच्या अध्यक्षतेखाली भरलेल्या सभेत कोल्ह्याने 'आमच्या निम्मे पाय असणारा प्राणी म्हणजे मनुष्य' असे वाक्य टाळ्यांच्या गजरात उच्चारलेलेही आढळेल. जो पुन्हा पुन्हा आरशात पाहतो तो मनुष्य, पोशाखाच्या एक दशांशापेक्षा ज्याची किंमत जास्त असत नाही, तो मनुष्य. जो स्वत:ला शहाणा व इतरांना मूर्ख समजतो तो मनुष्य. ज्याला आरामखुर्चीवर पडून उन्हाळ्यात कोल्ड्रिंक्स व हिवाळ्यात चहा प्यावासा वाटतो तो मनुष्य. इत्यादी मनुष्याच्या व्याख्याही थोड्याफार खऱ्या असण्याचा संभव आहे. पण या सर्वांची राणी व्हायला कुणी पात्र असेल तर ती हीच व्याख्या - 'जो गप्पा मारतो तो मनुष्य.'

माझीच गोष्ट घ्या की! ऐन जेवायच्या वेळी कुणीतरी मनुष्याने माझ्याकडे यावे व अन्न थंड आणि राणीसाहेब गरम व्हाव्यात असे अनेकदा आमच्या घरी घडते. त्या मनुष्याचे काम एका मिनिटात होण्यासारखे नसते असेही नाही. एवढी मोठी रामायण महाभारतासारखी महाकाव्ये! पण तीसुद्धा एका श्लोकात हातपाय पोटाशी घेऊन बसली आहेतच की नाही? मग य:कश्चित मनुष्याच्या सामान्य कामाची कथा काय? पण गप्पांची मोहिनीच अशी विलक्षण आहे की, त्यांच्या नादात घटका पळासारखी भासते. वीस वर्षांच्या झोपेतून जागे झाल्यावर रिप व्हॅन विंकलला काय वाटले असेल त्याची कल्पना गप्पा संपल्यावर घड्याळाकडे पाहिले म्हणजे बरोबर येते. नाटकातील संभाषणे पाठ केलेली असतात. म्हणून प्रवेश आणि अंक झटपट संपतात. पण विष्णुदास भाव्यांच्या काळी पात्रे स्वयंस्फूर्तीने बोलत असत. तेव्हा कुठलाही प्रवेश तब्बल तीन तासांचा होणे काही फारसे कठीण जात नसेल.

गप्पा मारणे हे अगदी 'गोहत्या ब्रह्महत्या' इत्यादिकांच्या तोडीचे पाप आहे असे कित्येकांच्या उद्‌गारावरून दिसते. त्यांच्यापैकी एखाद्या गणितज्ज्ञापाशी प्रत्येक मनुष्याने दररोज एक तास गप्पागोष्टीत घालविला तर एकंदर देशाचा किती वेळ व स्वराज्याचा केवढा अपूर्णांक फुकट जातो याचा आकडाही कदाचित तयार असायचा!' 'गप्पांचे व्यसन फार वाईट! दारूप्रमाणेच आणखी एक, आणखी एक असे म्हणत गप्पांच्या पायी आयुष्याचा नाश होतो' असेही कित्येकांना म्हणताना मी ऐकले आहे. काळाच्या कोठवळ्याचे हे पोट दुखणे धन्वंतरीलासुद्धा बरे करता यायचे नाही. पण या उदास उपदेशकांचा राग येत नाही मला. द्राक्षाला आंबट म्हणणाऱ्या कोल्ह्यावर इसापनीती वाचणारे मूलसुद्धा रागवत नाही. पाण्यात पोहणारा लवकर बाहेर का येत नाही, हे काठावरल्या मनुष्याला कसे कळावे? वद्य अष्टमीचा चंद्रोदय पाहण्याकरिता जागत बसणारी माणसे आंधळ्याच्या दृष्टीने वेडीच नाहीत का? सारे जग ही ईश्वराची मोठी गिरणी असून आपण माणसे म्हणजे तिच्यातले मजूर आहोत असे मानणारांना गप्पांची गोडी कधीच कळायची नाही! त्यांच्या जिभेची चवच संसारतापाने गेलेली असते.

गप्पांविरुद्ध लोकांचा मोठा आक्षेप म्हटले म्हणजे त्या वायफळ असतात. त्यांच्यात जाणारा सारा वेळ अगदी फुकट-निष्फळ! प्रत्येक गोष्टीकडे व्यापारी दृष्टीने पाहणारे हे लोक मनामध्ये देवालाही शिव्या दिल्याशिवाय राहणार नाहीत. ते म्हणत असतील, 'हजारो तऱ्हेची सुरंगी व सगंधी फुले निर्माण करून देवाने काय मिळविले? सुवास काय, क्षणात येतो आणि जातो. त्यापेक्षा हे सामर्थ्य करवंदे, जांभळे किंबहुना भोकरे निर्माण करण्यात त्याने खर्च करणे योग्य झाले नसते काय?' कोट्यवधी चांदण्या उत्पन्न करण्यापेक्षा रात्री उगवणारा सूर्य निर्माण करण्याची कल्पना परमेश्वराला कशी सुचली नाही, याचेही त्यांना आश्चर्य वाटत

असेल. महाबळेश्वर आणि आंबोली इथे तीनतीनशे इंच पाऊस पाडणारा परमेश्वर खूप दूर स्वर्गात राहतो म्हणून बरे! नाहीतर या हिशेबी विरोधकांनी असल्या भयंकर उधळपट्टीबद्दल त्याची चांगलीच हजेरी घेतली असती.

आयुष्य ही जमाखर्चाची चोपडी असून 'श्रीशिल्लक पेस्तर रोजकारणे' निघाली की, ते सफळ झाले असे वाटतच नाही मला. आपले जीवित हे मेघदूतासारखे कल्पनेच्या हिंदोळ्यावर बसून झोके घेणारे काव्य नव्हे हे मी कबूल करतो. व्याकरणाचे नियम शिकविणाऱ्या भट्टिकाव्यासारखे आहे ते! पण भट्टिकाव्यात धातूच्या चित्रविचित्र रूपांबरोबर थोड्याफार सुंदर कल्पना आहेतच की नाहीत? आयुष्याच्या भट्टिकाव्यातील अत्यंत सरस कल्पनांतच मी गप्पांची गणना करितो.

गप्पांचे शत्रू म्हणतील, "नुसती वकिली नको ही तुमची, साक्षीदार आणा की तुमच्या बाजूनं" त्यांच्या समाधानाकरिता मी एकच साक्ष देतो. ती एकवचनी प्रभूरामचंद्रांची आहे. तेव्हा तिच्या खरेपणाबद्दल शंका बाळगण्याचे कारणच नाही. खरेखुरे बोलायचे तर केव्हातरी एखादे दुसरे हरिण मारण्याखेरीज वनवासात उभ्या दिवसात काय काम होते रामाला? पण सारा दिवस सीतेशी मनमुराद बोलूनही त्याचे समाधान होत नसे. उत्तररामचरित्रातील त्याच्याच तोंडचा पुरावा पाहा की, 'अविदित गतयामा रात्रिरेवं व्यरंसीत्' — रात्र संपली पण गप्पागोष्टी काही संपल्या नाहीत - असे का व्हावे? सीतामाई आदल्या दिवशी संध्याकाळी माहेराहून परत आल्या होत्या म्हणावे तर तसेही काही नाही. वर्षानुवर्षे नवराबायको चोवीस तास एके ठिकाणी राहात होती. जागरण बाधले तर अरण्यात औषधालासुद्धा वैद्य मिळण्यासारखा नव्हता. पण हे ठाऊक असूनही हे जोडपे बोलण्याच्या ब्रह्मानंदात रात्रीचा दिवस करीत होतेच की नाही?

बरे, असे बोलायला विषय तरी काय होते त्यांच्यापाशी? त्या वेळी छापखाने नसल्यामुळे अश्लील वाङ्मयाचा प्रश्नच उत्पन्न झाला नव्हता. रामचंद्रच मनुष्यकोटीत असल्यामुळे देवतांचा पावित्र्यविडंबनाचा घनघोर देखावा तरी कसा दिसणार? सासू, जावा वगैरे विषयी सीतेची गाऱ्हाणी नसावीत आणि असलीच तरी ती वनवासाच्या पहिल्या दिवसातच निकालात निघाली असतील. गोदावरीच्या तीरावरील सीतारामचंद्राची ती रात्र काही अगदी पहिली नव्हती, की पुन: पुन्हा तेच तेच लाडके बोल बोलण्यातच सारी रात्र संपली. मग त्या रात्रीचा राम-सीतांचा गप्पांचा विषय तरी काय होता?

पण असा प्रश्न करणेच चुकीचे नाही का? गप्पा हे रसाळ काव्य आहे आणि तांदूळ निवडून भात शिजविणाऱ्या गृहिणीप्रमाणे विषय निवडून का कवी कधी काव्यरचना करीत असतो? आकाशात सूर्य प्रकाशतो, चंद्रिकाही विहार करते. पण नुसत्या चंद्रसूर्यांनी आकाशाची शोभा अपुरीच राहिली असती. त्यात विलसणाऱ्या

अनंत तारका पृथ्वीला प्रकाश देत नाहीत हे खरे. पण इवलाल्या डोळ्यांच्या जादूने त्या मोहिनीमंत्र घालून तिला मुग्ध करीत नाहीत का? गप्पांना मी मानवी मनाच्या आकाशात लुकलुकणाऱ्या चांदण्या म्हणतो, त्याचे कारण हेच.

सहारात जशी हिरवळ तशा रूक्ष आयुष्यक्रमात गप्पा! गिऱ्हाइकांची वाट पाहात आपापल्या टांग्यात बसलेले टांगेवाले असोत अगर आगगाडीतून प्रवास करणारे उतारू असोत, इस्पितळातील रोगी असोत नाहीतर रणांगणावरील शिपाई असोत, गप्पांशिवाय त्यांचे चालावयाचे नाही कधी. निर्जन बेटात राहणाऱ्या रॉबिन्सन क्रूसोने रानटी फ्राईड्ला वाचवून त्याला आपली भाषा शिकवली याचे कारण काही निव्वळ भूतदया नव्हे. आपल्याशी गप्पा मारायला क्रूसोला दुसरे मनुष्य हवे होते ना! एकमेकांना शत्रू लेखून द्वंद्व खेळू इच्छिणाऱ्या दोन माणसांना द्वंद्वांची परवानगी देण्याआधी एखाद्या निर्जन बेटात एकदोन आठवडे ठेवावे. तिथून परत येताना ते एकमेकांच्या गळ्यात गळा घालून आले नाहीत असे घडायचेच नाही मुळी!

गप्पा मारण्याची इच्छा ही मनुष्याची अगदी नैसर्गिक भूक आहे. माझा तर दिवसाकाठी इतका वेळ गप्पात जातो की तेवढा काळ मी काव्यदेवतेच्या उपासनेत घालविला असता तर ज्ञानकोशाला लाजविणारा काव्यसंग्रह मी खास निर्माण केला असता. आजपर्यंत गप्पात गेलेला वेळ मी गाणे शिकण्यात घालविला असता तर आम्हाला अकारण छळणाऱ्या शेजाऱ्यांना वेळीअवेळी त्रास देण्याचे रामबाण साधन माझ्या हाताला आले असते हेही काही खोटे नाही. तथापि गप्पात गेलेल्या वेळाचा शाळेतल्या अभ्यासात गेलेल्या वेळाच्याप्रमाणे मला कधीच खेद होत नाही. गप्पांतून जरी काही निष्पन्न होत नसले तरी तेवढा वेळ किती आनंदात जातो! अभ्यासात काय, फलप्राप्तीचे तेल नाही आणि आनंदाचे तूपही नाही.

संदेश मागण्याकरिता तरुण लोकांनी माझ्याभोवती भाऊगर्दी करावी इतका बडा मी कधी काळी होईन की नाही, याची शंकाच आहे. पण योगायोगाने मला मोठेपण आले तर मी प्रत्येकाला एकच संदेश देईन : 'दररोज तासभर तरी गप्पा मारीत जा.' गप्पा मारणे म्हणजे मनाने सुंदर मोकळ्या हवेत फिरणे! हवा खाऊन काही कुणाचे पोट भरत नाही. पण किती हुशारी येते मोकळ्या हवेत फिरल्यामुळे! गप्पांनीही तसेच वाटते. अर्थात दूषित हवेत फिरणे जसे धोक्याचे त्याप्रमाणे बातांत रूपांतर होणाऱ्या गप्पा मारणे वाईट हे ओघाने आलेच.

■

महापूर

अगदी लहानपणाची गोष्ट. ठेच लागून का दुसऱ्या कशानेसा माझा पाय दुखत होता. या दुखण्याचा यथाशक्ति फायदा घेऊन मी शाळेला बुट्टी दिली त्या दिवशी. आधीच पायदुखीमुळे कणकण होती अंगात. त्यात दिवस पडले पावसाळ्याचे. उगीच तापबिप येईल म्हणून वडिलांनाही माझी रजा मंजूर होती. पण शाळेला न गेल्याचा लगेच पस्तावा झाला मला. त्या दिवशी कृष्णाबाईला मोठे पाणी आले होते. तिसऱ्या प्रहरी ते इतके वाढले की, शाळासुद्धा लवकर सुटल्या. मुलांच्या झुंडीच्या झुंडी नदीकडे जाऊ लागल्या. सोप्यावरून त्या पाहताना माझा जीव कसा खालीवर होई. शाळेतल्या बक्षीससमारंभात ऐटीने व्यासपीठावर जाऊन बक्षिसे घेऊन येणाऱ्या मुलांचासुद्धा वाटला नसेल इतका पाणी पाहायला जाणाऱ्या त्या मुलांचा मला हेवा वाटू लागला. माझ्या पायाचा तर मनस्वी राग आला मला. शेवटी वडील देवदर्शनाला गेल्याची संधी साधून लंगडतच मी घाटावर गेलो, आणि पाणी पाहून सावकाश परत आलो. हिंदुस्थानावर स्वारी करणाऱ्या लंगड्या तैमूरलंगाचे स्वागत त्याच्या मातृभूमीने कसे केले हे मला ठाऊक नाही, पण कृष्णाबाईच्या दर्शनाचा प्रसाद घरी आल्यावर मला भरपूर मिळाला हे सांगायची आवश्यकताच आहे असे नाही.

जेव्हा जेव्हा मला त्या दिवसाची आठवण होते तेव्हा तेव्हा माझ्या मनात

एकच प्रश्न उभा राहतो. पुराचे सौंदर्य पाहण्याकरिता का त्या दिवशी मी घाटावर गेलो होतो? नदीवर झालेली अफाट गर्दी- पाण्याच्या पुराप्रमाणे दिसणारा माणसांचा पूर- ते सारे सौंदर्यपिपासू लोक होते का? त्यांच्यापैकी सर्वांनी डोळे भरून जरी तो भव्य देखावा पाहिला असला तरी त्याचे यथार्थ अगर काव्यमय वर्णन एखाद्यालाही करता आले नसते. असे पाणी पाच दहा वर्षांतून केव्हातरी येई. नदीच्या दोन्ही बाजूंच्या मळ्या केव्हाच पाण्यात बुडून गेल्या होत्या. वक्तृत्वाच्या ओघात वक्त्याच्या वैयक्तिक दोषांचे भानही राहू नये त्याप्रमाणे नदीचे उंचसखल पात्र आणि घाट ही सर्व अदृश्य झाली होती.

महापूर आलेली नदी कसली? मानवी जीवनाचे धावते प्रतिबिंबच होते ते! जीवमात्राप्रमाणे प्रत्येक लाट चढत होती, पडत होती, धडपडत होती. पाण्यात ठिकठिकाणी लहान-मोठे भोवरे निर्माण होत होते. जणू काही आयुष्यमार्गावरील खाचखळगेच! पाण्याबरोबर वाहून येणारी लाकडे, साप, गवत इत्यादी वस्तू मानवी जीव गुणदोषांचे जे आनुवंशिक गाठोडे बरोबर घेऊन येतो त्याची आठवण करून देत होत्या.

दुसरे दिवशी मास्तरांनी 'पुरा'वर निबंध लिहायला सांगितले असते तर वरील अलंकारिक वर्णन मला मुळीच सुचले नसते. पण इतके असूनही नदीचे ते अफाट पाणी पाहताना दुखणारा पाय अगर घरी बसणारा मार यांची मला शुद्धही राहिली नव्हती. अशा बेभान स्थितीची ब्रह्मानंदाशी तुलना करणे काही फारसे चुकीचे होणार नाही. वय, जात, धर्म, संस्कार इत्यादी गोष्टींत भिन्न असलेल्या हजारो लोकांना अलौकिक आनंद देण्याची शक्ती त्या पुरात कुठून आली? ते काही केवळ सौंदर्याचे सामर्थ्य नव्हते खास! चंद्राच्या नाजूक पावलांना काही टोचू-बोचू नये म्हणून पांढऱ्या शुभ्र मेघांचे रुजामे शारदीय रजनी आकाशाच्या मंदिरात जेव्हा पसरते तेव्हाचे दृश्य काय रमणीय असते! त्रिपुरी पौर्णिमेदिवशी भाविक स्त्रिया नदीपृष्ठावर दीपमाला सोडतात तेव्हा नाचऱ्या ज्योतींची पाण्यात पडलेली प्रतिबिंबे काय मनोहर दिसत नाहीत? पण जनसमुद्र हा समुद्रापेक्षा निराळाच आहे थोडासा. समुद्राला चिमुकली चंद्रकला नाचवू शकते. पण जनसमुद्राच्या हालचालींना सूर्यनारायणच भरती आणतो. उलट अलौकिकत्वाची अगर उदात्त भव्यपणाची मोहिनी जनमनावर अगदी सहज पडते हे खरे!

तसे पाहिले तर पंचमहाभूतांच्या सर्वच क्रीडा मला आवडतात. मग ती वाऱ्याची शीळ असो अगर सूर्यकिरणाने पाडलेला कवडसा असो. परंतु अशा रम्य दृश्यांनी माझे मन आनंदाने गुणगुणू लागले तरी त्याला पंचमात गायला लावणारे देखावे अगदीच निराळे आहेत. मृगावर आरूढ होऊन पावसाळी वारा जेव्हा दौडत येतो आणि माझ्या घराभोवतालची माडपोफळीची झाडे जेव्हा बेहोश होऊन नाचू

लागतात तेव्हा माझे हृदयही नकळत नर्तनात निमग्न होते. जमिनीवरून चालताना दिसणारा आकाशाचा इवलासा निळा भाग पाहून माझ्या मनाचे समाधान कधीच होत नाही. सुंदर पीस दिसले की त्याचा चिमणा धनी पाहण्याची हुरहुर मनाला लागतेच की नाही? अगदी तस्से होते मला अशा वेळी! माझ्या घराजवळच्या टेकडीवर मी हवा खायला जातो असे लोक खुशाल म्हणोत. अफाट आकाशाचे दर्शन व्हावे म्हणूनच मी ती चढण्याचे श्रम घेतो. जिवावर उदार होऊन सहारा मधून प्रवास करणारे जे साहसी संशोधक होऊन गेले, त्यांना पृथ्वीच्या भव्य विस्ताराने काहीच का दिलासा दिला नसेल? पावसाळ्यात सूर्य कृपणाप्रमाणे हात राखून प्रकाश देऊ लागतो तेव्हा अगदी कंटाळून जातो आपण! उन्हाळ्यातली त्याची तेजाची उधळपट्टी त्यावेळी बरी वाटू लागते नाही? जलदर्शनाने होणारा आनंद काही निराळाच आहे हे काही खोटे नाही. दवबिंदूच्या रूपाने अवतरलेली तान्हुल्याची चुंबने, अल्लड तरुणतरुणींच्या हृदयाप्रमाणे खळखळत धाव घेणारे निर्झर, सुखवस्तू सांसारिकांसारखी दिसणारी सरोवरे आणि भोवतालच्या रूक्ष प्रदेशाला आपल्या मातृहृदयाने नंदनवनाचे स्वरूप आणणाऱ्या नद्या यांच्या दर्शनाने आनंदित न होणारा अभागी आज उभ्या जगात तरी सापडेल का? परंतु या दृश्याचा आनंद अगदी अवीट मात्र वाटत नाही मला. समुद्रकिनाऱ्यावर जावे आणि क्षितिजापर्यंत जाऊन भिडलेले जलदेवीचे साम्राज्य पाहावे, क्षणार्धात मनुष्य स्वत:ला विसरून जातो. केव्हाही समुद्राकडे पाहा, त्याचा भव्य विस्तार व अलौकिक जयघोष अगदी नवाच वाटतो. भगवान विष्णूला सागराचे शयनमंदिर निर्माण करून देणाऱ्या कवीच्या प्रतिभेचे कौतुक करावे तेवढे थोडेच.

पौराणिक प्रतिभेने शंकराला कैलासाच्या शिखरावर नेऊन बसविले याचे तरी दुसरे काय कारण असणार? देवत्व म्हणजे धर्माने मान्य केलेले भव्यत्व आणि मानवाला मोहिनी घालणारे अलौकिकत्वच नव्हे का? बागेत या फुलावरून त्या फुलावर उडणाऱ्या फुलपाखरांचे रंग किती मोहक असतात. पण आपण त्यांच्याकडे पाहात असतानाच आकाशात जर एखादी घार रंगण फिरू लागली अगर हालचाल न करता वातावरणात पोहत राहिली तर आपले लक्ष त्या चिमण्या फुलपाखरावरून तिच्याकडे जाणे स्वाभाविक नाही का? कागदाचे कपटे आणि लहान मोठ्या दोऱ्या कुठल्याही घराच्या कानाकोपऱ्यात काय कमी पडलेल्या असतात! पण एक कागद एका दोरीच्या आधाराने अफाट आकाशात जाऊन डौलाने मिरवू लागू द्या म्हणजे बाळगोपाळांच्या आनंदाला केवढा पूर येतो ते पाहावे. निशाणाची काठी धुणी वाळत घालायच्या काठीपेक्षा अधिक लांब असेलच असा काही नियम नाही. पण केशवसुतांसारख्या कवीकडून तिने स्तुतिस्तोत्रांचा करभार घेतला याचे कारण अलौकिक भावनांचा महापूर उत्पन्न करण्याचे निशाणाचे सामर्थ्य हेच नाही का?

रावसाहेब मंडलिक पूर्वीच्या पिढीतील एक थोर गृहस्थ होऊन गेले यात संशय नाही. त्यांच्या येण्याजाण्यावरून लोक घड्याळे लावीत असत ही गोष्ट माझे घड्याळ नेहमी मागे राहते म्हणूनच मला महत्त्वाची वाटते असे नाही. या यांत्रिक युगात नियमितपणाची किंमत वाढली आहे हे कोणीही कबूल करील. स्टेशनावर वेळेवर न गेल्यामुळे गाडी चुकून टांग्याचे पैसे तरी फुकट जातात नाही तर पुढल्या गाडीची वेळ होईपर्यंत चहाच्या दुकानदाराला तरी पैसे द्यावे लागतात हा अनुभव कुणाला नाही? पण परवा रावसाहेब मंडलिक आणि अच्युतराव कोल्हटकर यांची छोटी चरित्रे एकामागून एक माझ्या वाचनात आली, तेव्हा रावसाहेबांपेक्षा अच्युतराव मला अधिक आवडले. रात्रभर जागून संदेश लिहिण्याचा अच्युतरावांचा उद्योग रावसाहेबांच्या घड्याळाला मुळीच पसंत पडला नसता हे मला कळते. परंतु निद्रेने आपल्या पाशात सारे जग बद्ध करून टाकले असताना एका पुरुषाने निसर्गाच्या त्या मोहिनीला दूर लोटून पानेच्या पाने एकाटाकी चटकदार मजकूर लिहावा आणि झोपलेले जग उठते न उठते तोच त्याला आपल्या या सुंदर साहसाने स्तिमित करावे, ही गोष्ट वेळच्या वेळी कचेरीत जाऊन कामे करण्यापेक्षा अधिक कौतुकाची नाही का? अहिल्याबाईने केलेल्या दानधर्मापेक्षाही तिने राघोबादादांना दिलेल्या सडेतोड उत्तराबद्दल मला अधिक आदर वाटतो. गागाभट्टांनी गंगाजलाचे सिंचन करून शिवरायांना केलेला अभिषेक दर्शनीय झाला असेल, पण त्यापेक्षाही शिवचरित्रातील अधिक रमणीय प्रसंग पाहिला तो फक्त आकाशस्थ तारकांनीच. बालसंभाजीसह आग्र्याच्या किल्ल्यातून बाहेर पडून शिवाजी महाराजांनी त्या काळोख्या रात्री शत्रूवर जी मात केली तिच्या नुसत्या स्मरणाने अजूनही अंगावर रोमांच उभे राहतात. 'ते मुख वर केले परि नाही चुंबिले' असा प्रसंग शाकुंतलाच्या तिसऱ्या अंकात असूनही रसिक चौथ्या अंकाचीच किंमत अधिक मानतात याचेही इंगित हेच आहे. पाळलेल्या मुलीला सासरी पाठविताना होणारी वैराग्यशाली कण्वमुनींच्या हृदयाची कालवाकालव त्या शांत आश्रमाने याच्यापेक्षाही अधिक भव्योत्कट दृश्य पूर्वी कधीच पाहिले नसेल.

लहानपणी मी लंगडत पूर पाहायला गेलो त्याचे कारण अलौकिक उत्कटतेकडे असलेला हा मानवी मनाचा ओढाच नाही का? 'मी निर्दोषी आहे, हे पृथ्वीवरल्या आंधळ्या न्यायदेवतेला बजावून सांगणारी शक्ती स्वर्गात आहे,' अशा अर्थाचे लोकमान्यांचे उद्‌गार छापले तर पुरत्या चार ओळीसुद्धा भरणार नाहीत. पण त्यांच्या प्रचंड गीतारहस्याहूनही ते हृदयाला जाऊन भिडतात. एकदा आमच्या मित्रमंडळाच्या बैठकीत प्रत्येकाने आपल्या आयुष्यातला संस्मरणीय प्रसंग सांगावा अशी टूम काढली कुणीशी! मी मोठ्या विचारात पडलो. उथळ विनोदापासून उत्कट करुणापर्यंत सर्व रसांना जन्म देणाऱ्या गोष्टी माझ्या आयुष्यात घडलेल्या आहेत. पण घडताना

टवटवीत वाटणारी अनुभवाची अनेक फुले कालांतराने निर्माल्य होत जातात. विश्वविद्यालयात मिळविलेले यश, बहीण व बायको यांच्या प्रेमाची अगणित प्रत्यंतरे, कीर्तीने हसतमुखाने आपल्या मंदिराचे उघडलेले द्वार, कितीतरी रमणीय स्मृतिचित्रे झर्रकन मनचक्षूंपुढून निघून गेली. पण कोणते चित्र प्रदर्शनात मांडावे हेच कळेना मला! मनाचा ठाम निश्चय ठरायच्या आधीच माझी पाळी आली. मंत्रमुग्ध मनुष्याप्रमाणे मी बोलू लागलो. माझ्या तोंडून जी हकिकत गेली ती, पोहून दमलो असतानाही समुद्रात बुडणाऱ्या एका विद्यार्थ्याला काढण्याकरिता पुन्हा मी पाण्यात कसा गेलो या प्रसंगाची! अभिमानाच्या, आनंदाच्या व सुखसंवेदनाच्या अनेक गोष्टी सोडून माझ्या मनाने त्याच प्रसंगाची निवड का केली? समोर मृत्यूचे दार उघडे होते. मागे घराचे दार उघडे दिसत होते. काळाच्या गळ्यात मिठी मारायला धावायचे आणि तेही आपल्या पायांनी? मागे ओढणारे मायेचे पाश, बहिणीचे ओले डोळे आणि पत्नीचे कापरे ओठ, परत फिरण्याचा उपदेश काकुळतीने करीत होते. पण जिवाच्या आकांताने ओरडणारा तो अभागी मुलगा पाहून माझी शुद्धच नाहीशी झाली. क्षणात मी पाण्यात शिरलो. तर्क, विचार, वैयक्तिक भावना या सर्वांना बुडवून टाकणाऱ्या कसल्या तरी महापुराने माझे मन त्या वेळी व्यापून टाकले हेच खरे!

■

वायुलहरी

पंचमहाभूतांच्या संसारात आकाश व पृथ्वी या दंपतीला तेज, जल व वायू अशी तीन बाळे झाली. पण या तिन्ही भावंडांचे स्वभाव किती भिन्न! तेजाला बापाचाच फार लळा. आकाशाच्या हातून पृथ्वीच्या मांडीवर या हसऱ्या बालकाची स्थापना होते तेव्हा क्षणभर आईचा चेहरा आनंदाने फुलून जातो अगदी. पण थोडा वेळ दोघांचा सहवास होऊ दे. आईच्या रूपातील व वेशभूषेतील वैगुण्याकडेच नकळत बाळ बोटे दाखवू लागते. मातृपद आले म्हणून स्त्रीहृदय काही बधिर होत नाही. तेजाच्या या व्रात्यपणामुळे पृथ्वीच्या अंगाची लाही होऊ लागते नुसती. अशा वेळी जलदेवी आणि वायुकुमार यांच्या लाडक्या लीलांचा केवढा विरंगुळा वाटतो तिला!

जलदेवीला आकाशापेक्षा पृथ्वीचा अधिक लळा आहे यात शंका नाही. पण तिचे पाऊल एका जागी स्थिर राहायचे नाही. अष्टौप्रहर एकसारखी धावपळ सुरू. तिच्या अवखळ लीला पाहून पृथ्वीच्या अंगावर आनंदाने रोमांच उभे राहतात. तिची गोड गुणगुण आणि नाचरे हावभाव यांनी तर पृथ्वीमाता वेडी होऊन जाते मनात! माझ्या बाळीला कुठे ठेवू असे होऊन जाते तिला. प्रिय वस्तूला हृदयात जपून ठेवण्याच्या गोष्टी मनुष्य अलंकारिक दृष्टीने बोलू शकतो, पण पृथ्वी ते उद्गार आचरणात आणून दाखविते. मात्र पोरीवर इतके प्रेम असूनही पृथ्वी तिला वारंवार

उचलून आकाशाच्या स्वाधीन करीत असते. घरोघरही हाच अनुभव येतो नाही का? मूल कितीही लाडके झाले म्हणून गृहिणीला त्याच्याशी सारा वेळ थोडेच खेळत बसता येते? 'ऐकलं का? जरा घ्यायचं होतं बाळाला' असे उद्‍गार 'तिकडे' ऐकू जातील अशा बेताने प्रत्येक घरी निघत असतात. पृथ्वी झाली तरी दुसरे काय करते? चंद्राची नाव करून, तारकांची फुले तोडून आणि सकाळ संध्याकाळ रंगपंचमीला खेळ खेळून जलदेवीला खेळविण्यात आकाशाचा वेळ केव्हा निघून जातो हे सांगताही येत नाही. पण मध्येच तिला आईची आठवण येताच बापाच्या खांद्यावरून ती उडी टाकते आणि दुडूदुडू धावत आईच्या कुशीत शिरते.

पण वाऱ्याचे सारेच तंत्र निराळे! स्वारी एका क्षणी बापाच्या कंबरेला विळखा घालील तर दुसऱ्या क्षणी आईच्या गळ्यात पडेल. केव्हा चोरट्या पावलांनी येऊन आईला गुदगुल्या करील तर केव्हा आरडत ओरडत बापाला भिवविण्याकरिता धाव घेईल. कुणाच्या आवाजाची नक्कल त्याला करता येत नाही असे नाहीच. आता 'रानारानात गेलि बाई' अशी शीळ घालील, तर लगेच सर्कशीतल्या सिंहाच्या गर्जनेची आठवण करून देईल. झाडांच्या पानांचा खुळखुळा करून वाजविण्यात स्वारी जेवढी पटाईत तेवढीच विमानाचा पतंग करून तो उंच उडविण्यातही तरबेज. गलबताच्या शिडांच्या पोटात शिरून स्वारीने गोष्टीला सुरुवात केली म्हणजे मैलच्या मैल केव्हा मागे पडतात हे कळायचंसुद्धा नाही. स्वभाव जितका खेळकर तितकाच चतुर. नकळत डोळ्यातले काजळ काढून घेणारी माणसे असतात ना? अगदी तस्सा. बागेतल्या कळ्यांशी कानगोष्टी करता करता त्यांचा सुगंध हा हळूच कसा संपादन करतो हे सांगता येईल का कुणाला? इतके असून अप्पलपोटेपणा मात्र तिळभरदेखील नाही आढळायचा. सुगंध मिळविला की झाली लगेच त्याच्या उधळपट्टीला सुरुवात! अशा गुणी बाळाला दृष्ट लागू नये म्हणून सृष्टीदेवीने एक गालबोट मात्र लावून ठेवले आहे त्याला. कळ्यांनासुद्धा दुखवायचे नाही इतका मूळचा हळवा स्वभाव. पण एकदा संताप आला की मोठ-मोठी झाडेसुद्धा मुळासकट उपटून टाकायला कमी करीत नाही स्वारी. जलपृष्ठावरून नाजूकपणाने बोटे फिरविण्यात केवढी कुशलता! जणू काही संगीतज्ञ जलतरंग वाजवित आहे असाच श्रोत्यांना भास व्हावा. पण कुठल्यातरी कारणाने राग येऊन ती बैठक उधळण्याची लहर आली म्हणजे मग मात्र बघायला नको. वाद्यांचे तुकडेही लागायचे नाहीत हाती!

खरे सांगायचे तर या लहरीपणामुळेच वारा अधिक आवडतो मला. तेजाचे सारे काम अगदी यंत्रासारखे- जलदेवी थोडीफार लहरी आहे खरी! पण अफाट समुद्रातील तिच्या लहरींतसुद्धा सीमा असतेच की! वायुलहरीचे तसे नाही. त्या आता कानगोष्टी करतील, तर आता कानशिलात लगावतील. वायुकुमार घटकेत जलदेवीच्या

खेळण्यातील गुलाबदाणी आणून तिच्यातील सुवासिक शीतल तुषार अंगावर उडवील तर दुसऱ्या घटकेला तेजाच्या हातातील ऊन पाण्याची झारी अंगावर ओतून चांगले चटकेही देईल. तुम्ही दार घट्ट लावून लेखनाला बसा अगर चार दिवसात एकान्तात गाठ न पडलेल्या पत्नीच्या गालावरील गुलाब का सुकले आहेत याचे पाच मिनिटात संशोधन करायला सुरुवात करा, तुमच्या बंदिस्त दरवाजाचे दार वाजू लागते. त्रासून तर दार उघडायला जावे तो काय! दार ठोठावून वाऱ्याची स्वारी केव्हाच निघून गेलेली असते. उन्हाळ्यात काहीतरी गारगार हवेसे होते, त्या वेळी उष्णता घेऊन येणारा आणि हिवाळ्यात उबेसाठी शरीर उत्सुक होते त्यावेळी गारवा आणणारा वारा विनोदी आहे यात शंकाच नाही. पण लहरीपणाच्या गुणामुळे विनोदाइतकीच काव्याची स्फूर्तीही त्याला होऊ शकते. वसंतऋतूतील रम्य सायंकाळी कोकिळेच्या संगीताला मधुर ताल धरणारा त्याच्याखेरीज दुसरा कोण आहे? मेघांच्या पालखीतून मिरवत आणि विजेच्या चवऱ्या ढाळून घेत वर्षादेवी ज्या वेळी पृथ्वीवर उतरू लागते त्या वेळी तिच्या आगमनाची द्वाही वाराच फिरवीत नाही का? एखाद्या लहान बालकाने पाळण्यातल्या आपल्या धाकट्या भावंडाला लाडकेपणाने कुरवाळावे त्याप्रमाणे शेतातल्या हासऱ्या कणसांना वारा प्रेमाने कुसकरू लागला म्हणजे ते दृश्य किती हृदयंगम दिसते! आणि जानेवारी महिन्यात झाडांच्या पिकलेल्या पानावर जेव्हा त्यांची संक्रांत वळते तेव्हा तर ल्यूथर अगर आगरकरांसारखा तेजस्वी समाजसुधारक अवतरल्याचाच भास होतो. 'Ode to the West Wind' नैर्ऋत्येकडला वारा, वातचक्र इत्यादी कवितांत विविध वायुलहरींचे जे गुणगान केले आहे ते केवळ काल्पनिक आहे असे कोण म्हणेल?

वाऱ्याचा लहरीपणा त्याच्या प्रतिमेमुळेच शोभून जातो. तो श्रीमंतांचा लहरीपणा नाही, तर कवीचा लहरीपणा आहे. असा स्फूर्तिदायक लहरीपणा हा मानवी जीवनातला महत्त्वाचा भाग आहे असे मला वाटते. वर्षानुवर्षे संध्याकाळी पाच ते सात ज्याचे फिरणे चुकले नाही असे रावसाहेब-रावबहादुर पुष्कळांना ठाऊक असतील. थंडीच्या दिवसात सात वाजता अंधार पडतो म्हणून ते सदीप गड्यासह फिरायला जातील. मीही संध्याकाळी फिरायला जातो. पण वर्षाऋतूच्या शेवटी संध्यादेवी आपल्या चित्रकलेचे प्रदर्शन उघडते तेव्हा आणि उन्हाळ्यात शुक्ल पक्षातले चांदणे मूकसंगीताने वातावरण मुग्ध करून सोडते तेव्हा मनगटावरच्या घड्याळाकडे पाहायचेसुद्धा भान राहत नाही मला! घड्याळाला भावना असल्या तर अशा काव्यमय प्रसंगी त्याचे काटेसुद्धा चालायचे थांबले असते असे वाटू लागते. जागरण प्रकृतीला चांगले नाही हे आरोग्यशास्त्राचे प्राथमिक पुस्तक वाचून (किंबहुना न वाचताही) कळण्याजोगे आहे. पण कोजागिरी पौर्णिमा, हिराबाईंचे गाणे, जिवलग मित्रांची गप्पाष्टकांची बैठक अगर एखाद्या नवीन लघुकथेचे संविधानक यांचा मोह

दूर झुगारून बरोबर दहा वाजता घोरायला लागल्याने आपण जगाची प्रगती करू शकतो असे कुणी म्हणेल तर त्याच्यावर काडीचाही विश्वास बसणार नाही माझा! ठरावीक वेळी ठरावीक रस्त्याने फिरायला जाणारी माणसे पाहिली म्हणजे सक्तमजुरीच्या कैद्यांची आठवण होते मला! मनुष्य हे ब्रह्मदेवाने नियमितपणाबद्दल जन्माची गॅरंटी दिलेले घड्याळ आहे की जगाच्या तुरुंगातील जन्मठेपेची शिक्षा झालेला कैदी आहे? त्याला थोडे तरी स्वातंत्र्य नको का? हे स्वातंत्र्य स्फूर्तिजन्य लहरीपणानेच अधिक व्यक्त होते असे मला वाटते. एकादशी दिवशी पुष्कळ भाविक मंडळी उपास करीत असतील, पण लहर लागेल त्या दिवशी उपास करण्यात काय गंमत आहे ती माझ्यासारख्यालाच ठाऊक. सध्या उघड्या माथ्याने फिरण्याची चाल तरुणात सर्रास रूढ होत आहे. पण डोक्याला टोपी घालून घरातून बाहेर पडणे आणि आणि मग टोपी हातात घेऊन आपल्या शिरावरला भार वाटेल तेव्हा हलका करणे हेच मला तरी अधिक आवडते. परवा आमच्या घरी एक पाहुणे मला भेटण्याकरिता आले. पूर्वी कधीच पाहिले नव्हते त्यांनी मला. उभ्या दिवसात मी बायकोशी एक शब्दही बोललो नाही असे पाहून परत गेल्यावर त्यांनी माझ्या एका मित्राला मोठ्या कळवळ्याने लिहिले, 'भाऊरावांचे चित्त काही ठिकाणावर दिसत नाही. जेवायच्या वेळीसुद्धा गृहस्थ बोलला नाही बायकोशी. बडोद्याला सहा महिने राहून घटस्फोट घेण्याचा विचार त्यांच्या मनात आला नसला म्हणजे मिळविली.' गरीब बिचारा चोवीस तासांचा पाहुणा! तो येण्यापूर्वी तीन दिवस मी बोलून बोलून बायकोचे कान किटविले होते हे त्याच्या गावी कुठून असणार? रेल्वेच्या टाइमटेबलातल्या गाड्यांप्रमाणे अगर शाळेच्या वेळापत्रकातल्या तासांप्रमाणे प्रेमाच्या गोष्टीही वेळच्या वेळी पार पडल्या पाहिजेत अशीही त्याची समजूत असेल कदाचित! तरी बरे, आम्हा पतिपत्नींतील लटके खटके त्याच्या दृष्टीला पडले नाहीत. नाही तर त्याने माझ्या सासऱ्यांना जरुरीची तारच ठोकली असती एकदम. बुंदीच्या लाडवांची जिभेला मिठी बसू नये म्हणून मठ्ठा पंक्तीत वाढायला आणला तर असले गृहस्थ लाडू संपल्याचीच ओरड करायचे! असल्या गृहस्थांना उपदेश करण्यापेक्षा थोडा वारा प्यायला सांगितलेलेच बरे नाही का? नावीन्याशिवाय जीवनाला गोडी नाही आणि जुने नाहीसे न करता त्याला नवीन स्वरूप देण्याची किमया वायुलहरीइतकी दुसऱ्या कुणालाच साधायची नाही. 'The old order changeth yielding place to new one' ही उक्ती क्षणोक्षणी कुठे खरी होत असेल तर ती वातावरणातच!

यामुळे वाऱ्याची निंदा करणाऱ्या म्हणी अगर संप्रदाय कानावर पडले की मला हसू आल्यावाचून राहात नाही. काय म्हणे वारा येईल तशी पाठ फिरवावी! एखाद्या मनुष्याने हा उपदेश अक्षरशः अमलात आणण्याचा निश्चय केला तर लोकांना तो

झिंगला आहे असे वाटल्यावाचून राहणार नाही. 'वराती'ला हपापलेल्या तरुणांना ती वाऱ्यावरली होऊ नये एवढीच काय ती इच्छा असते. वायुलहरी प्रणयी दंपतीच्या मीलनाकरिता किती धडपडत असतात याची कल्पना येत नाही त्यांना! पण वाऱ्याने विरोध केला असता तर मेघदूताला अलका गाठून यक्षाचा काव्यमय निरोप त्याच्या वल्लभेला पोचविता तरी आला असता का? 'नवे वारे' हा शब्दप्रयोग तर शिवीसारखाच वापरतात पुष्कळ लोक! बिचाऱ्यांच्या हेही लक्षात येत नाही की जगात जुने वारेच नसते. प्रत्येक क्षणाला वातावरणात नवे वारे उत्पन्न होत असते आणि त्याचे हे नावीन्य म्हणजे रमणीयतेचा मूर्तिमंत अवतारच! 'क्षणेक्षणे यन्नवतामुपैति तदेव रूपं रमणीयताया:' हे वचन वायुलहरीच्याइतके दुसऱ्या कुणाच्याच बाबतीत सार्थ ठरणे शक्य नाही.

■

कला, धर्म आणि संस्कृती यांच्या नावाखाली समाजात निर्माण झालेल्या भीषण विषमतेचं दर्शन घडवणारी कादंबरी

रिकामा देव्हारा

वि. स. खांडेकर

किती मोहक मूर्ती ती!

एवढी सुंदर मूर्ती ठेवायची कुठं हा भक्तांना प्रश्न पडला.

मूर्ती म्हणाली, 'भक्तांचं हृदय हाच माझा स्वर्ग!'

पण हृदयातली मूर्ती डोळ्यांना कशी दिसणार?

सर्व भक्तांनी मूर्तीसाठी एक सुंदर देव्हारा करायचं ठरविलं.

कुणी चंदनाचं लाकूड आणलं, कुणी त्यावर सुंदर नक्षीकाम केलं. स्वर्गातलं सर्व सौंदर्य त्या देव्हाऱ्यात अवतरलं.

देव्हाऱ्यातल्या मूर्तीची रोज पूजा होऊ लागली. देव्हाऱ्याला शोभतील अशी सुंदर फुलं रोज कोण आणतो,

याबद्दल भक्तांत अहमहमिका सुरू झाली.

धूप, दीप, नैवेद्य– देव्हाऱ्याला शोभतील अशी पूजेची साधनं गोळा करण्यात प्रत्येक भक्त रमून जाऊ लागला.

महोत्सवाचा दिवस उगवला. देव्हारा फुलांनी झाकून गेला. धुपानं अदृष्य सुगंधी फुलं फुलविली. दीपज्योती तारकांशी स्पर्धा करू लागल्या. भक्तगण पूजा संपवून समाधानानं मागं वळला. वळता वळता आपला पाय कशाला अडखळत आहे म्हणून प्रत्येकानं वाकून पाहिलं.

देव्हाऱ्यातली मूर्ती होती ती! ती कुणी कधी बाहेर फेकून दिली होती देव जाणे!

पण एकालाही तिची ओळख पटली नाही. प्रत्येक

भक्त तिला तुडवून पुढं गेला.